തുർഗനേവിന്റെ ജീവിതത്തിൽനിന്ന് ചില ഏടുകൾ

കവിതാഗദ്യങ്ങൾ, കുറിപ്പുകൾ

thurganevinte jeevithathilninnu chila edukal

•

deshamangalm ramakrishnan

•

first edition
april 2018

•

typesetting & published
chintha publishers, thiruvananthapuram

•

cover
midas

വിതരണം

ദേശാഭിമാനി ബുക്ക് ഹൗസ്

H O തിരുവനന്തപുരം-695 035
phone: 0471-2303026, 6063026
www.chinthapublishers.com
chinthapublishers@gmail.com

ബ്രാഞ്ചുകൾ

ഹെഡ്ഡാഫീസ് ബ്രാഞ്ച് കുന്നുകുഴി • സ്റ്റാച്യു തിരുവനന്തപുരം • കെ എസ് ആർ ടി സി ബസ് സ്റ്റേഷൻ ആലപ്പുഴ • കെ എസ് ആർ ടി സി ബസ് സ്റ്റേഷൻ എറണാകുളം • മച്ചിങ്ങൽ ലെയ്ൻ തൃശൂർ • ഐ ജി റോഡ് കോഴിക്കോട് • മാവൂർ റോഡ് കോഴിക്കോട് • എൻ ജി ഒ യൂണിയൻ ബിൽഡിങ് കണ്ണൂർ • സെൻട്രൽ ബസ് ടെർമിനൽ കോംപ്ലക്സ് താവക്കര കണ്ണൂർ

CO - 2857 / 4635
ISBN - 978-93-87842-27-4

തുർഗനേവിന്റെ ജീവിതത്തിൽനിന്ന് ചില ഏടുകൾ

കവിതാഗദ്യങ്ങൾ, കുറിപ്പുകൾ

ദേശമംഗലം രാമകൃഷ്ണൻ

ചിന്ത പബ്ലിഷേഴ്സ്
തിരുവനന്തപുരം-695 035

ദേശമംഗലം രാമകൃഷ്ണൻ

തൃശൂർ ജില്ലയിലെ തലപ്പിള്ളി താലൂക്കിൽ ദേശമംഗലത്ത് ജനിച്ചു (1948). നാട്ടിലും ചെറുതുരുത്തിയിലുമായി സ്കൂൾ വിദ്യാഭ്യാസം. പട്ടാമ്പി സംസ്കൃത കോളേജിൽനിന്ന് എം എ മലയാളം ഒന്നാം ക്ലാസ്, ഒന്നാം റാങ്ക് (1972). കോഴിക്കോട് സർവ്വകലാശാലയിൽ ഡോ. കെ എൻ എഴുത്തച്ഛന്റെ കീഴിൽ ഗവേഷണം ചെയ്ത് പി എച്ച് ഡി നേടി. 1975 മുതൽ 89 വരെ വിവിധ ഗവൺമെന്റ് കോളേജുകളിലും 1989 മുതൽ കേരള സർവ്വകലാശാല മലയാള വിഭാഗത്തിലും അദ്ധ്യാപകൻ. 2008 ൽ പ്രൊഫസർ സ്ഥാനത്തുനിന്നു വിരമിച്ചു. തുടർന്ന് കോഴിക്കോട് സർവ്വകലാശാല മലയാള വിഭാഗത്തിൽ യു ജി സിയുടെ എമെറിറ്റസ് ഫെലോ ആയി (2009 - 11); മദിരാശി സർവ്വകലാശാലയിൽ വിസിറ്റിങ് പ്രൊഫസറായി (2011 - 12). തിരൂരിലെ തുഞ്ചത്തെഴുത്തച്ഛൻ മലയാള സർവ്വകലാശാലയിൽ ആദ്യത്തെ മലയാളം വകുപ്പദ്ധ്യക്ഷനായും ഡീനായും പ്രവർത്തിച്ചു. 2018 ഫെബ്രുവരിയിൽ അവിടെനിന്നും പിരിഞ്ഞു. കേരള സാഹിത്യ അക്കാദമിയുടെ സമഗ്ര സംഭാവനാ പുരസ്കാരം (2014) ഉൾപ്പെടെ നിരവധി അവാർഡുകൾ ലഭിച്ചിട്ടുണ്ട്.

കവിതാ സമാഹാരങ്ങൾ: *കൃഷ്ണപക്ഷം, വിട്ടുപോയ വാക്കുകൾ, കാണാതായ കുട്ടികൾ, കൊടിമരം, താതരാമായണം, ചിതൽവരുംകാലം, മറവി എഴുതുന്നത്, വിചാരിച്ചതല്ല, എത്ര യാദൃച്ഛികം, കരോൾ, ബധിരനാഥന്മാർ, എന്റെ കവിത, ഇന്ത്യാഗേറ്റ്, ദേശമംഗലം കവിതകൾ*. കവിതാ വിവർത്തനങ്ങൾ: *തെലുഗുകവിത 1900 - 80, ഭാരതീദാസന്റെ കവിതകൾ, സ്ത്രീലോകകവിത, ഭവിഷ്യത് ചിത്രപടം, ഡെറക്‌വാൽക്കോട്ടിന്റെ കവിതകൾ, ലോകകവിത - ചില ഏടുകൾ, കവിതയുടെ ഭൂഖണ്ഡങ്ങൾ*. പഠനങ്ങൾ: *കവിയുടെ കലാതന്ത്രം, വഴിപാടും പുതുവഴിയും, നിരണം പാട്ടുകവികൾ, എൻ എൻ കക്കാട്, വി സി ബാലകൃഷ്ണപ്പണിക്കർ, പുതിയ കൃതി പഴയ പൊരുൾ* (എഡി.), *കാവ്യഭാഷയിലെ പ്രശ്നങ്ങൾ* (എഡി.) എന്നിവയാണ് പ്രധാന സംഭാവനകൾ. കൂടാതെ നാടക വിവർത്തനങ്ങളും ലോക ക്ലാസിക്കുകളുടെ വിവർത്തനങ്ങളുമുണ്ട്.

ഭാര്യ : പ്രൊഫ. ശ്രീകുമാരി
മകൾ : നിമിഷ
വിലാസം : ബി 6, ദേശമംഗലം വീട്, മുറിഞ്ഞപാലം
പാലൂർ ലെയ്ൻ, മെഡിക്കൽ കോളേജ് പി ഒ
തിരുവനന്തപുരം 659011
മൊബൈൽ : 9447649020
ഇമെയിൽ : desamangalamramakrishnan@gmail.com
വെബ്സൈറ്റ് : www.desamangalam.org

ഉള്ളടക്കം

പ്രസാധകക്കുറിപ്പ്

പ്രശസ്ത നോവലിസ്റ്റും കഥാകാരനും നാടകകൃത്തും പരിഭാഷകനുമായിരുന്ന ഇവാൻ തുർഗനേവ് തന്റെ രചനകളിലൂടെ റഷ്യയിലെ ഭൂപ്രഭുത്വത്തിനെതിരായ പ്രസ്ഥാനത്തിന്റെ വളർച്ചയ്ക്കു വലിയ സംഭാവനകൾ നല്കി. തുർഗനേവിന്റെ ജീവിതവും ഗദ്യകവിതകൾ, കുറിപ്പുകൾ എന്നിവയുമാണ് പ്രശസ്ത കവി ദേശമംഗലം രാമകൃഷ്ണൻ രചിച്ച *തുർഗനേവിന്റെ ജീവിതത്തിൽനിന്നും ചില ഏടുകൾ*.

പഠനാർഹമായ ഈ ഗ്രന്ഥം വിശേഷണങ്ങളൊന്നും കൂടാതെ ഞങ്ങൾ മലയാള വായനാലോകത്തിന് സമർപ്പിക്കുകയാണ്.

ചിന്ത പബ്ലിഷേഴ്സ്

ഇവാൻ തുർഗനേവ്

പ്രശസ്ത റഷ്യൻ നോവലിസ്റ്റ്, ചെറുകഥാകാരൻ, നാടകകൃത്ത്, പരിഭാഷകൻ, ഭാഷാപ്രചാരകൻ. സാധാരണ പൊതുവിദ്യാഭ്യാസത്തിനു ശേഷം മോസ്കോ സർവ്വകലാശാലയിൽ ഒരു വർഷം പഠിച്ചു. 1834 മുതൽ 37 വരെ സെന്റ് പീറ്റേഴ്സ്ബർഗ് സർവ്വകലാശാലയിൽ ക്ലാസിക്കുകൾ, റഷ്യൻ സാഹിത്യം, ഫിലോസഫി എന്നിവ പഠിച്ചു. 1838 മുതൽ 1941 വരെ ബർലിൻ സർവ്വകലാശാലയിൽ ഹെഗലിന്റെ തത്ത്വശാസ്ത്രവും ചരിത്രവും പഠിച്ചു. അതിനുശേഷം തന്റെ മാസ്റ്റർ ബിരുദപഠനം പൂർത്തിയാക്കാൻ സെന്റ് പീറ്റേഴ്സ്ബർഗ് സർവ്വകലാശാലയിൽ മടങ്ങിയെത്തി. തന്റെ സമകാലികരെപ്പോലെ തുർഗനേവും ഫ്യൂഡൽ പ്രഭുത്വത്തിനെതിരായിരുന്നു. റഷ്യൻ സിവിൽ സർവ്വീസിൽ ചേരുകയും 1843 മുതൽ 45 വരെ ആഭ്യന്തരവകുപ്പിൽ ജോലിചെയ്യുകയും ചെയ്തു. തുർഗനേവിന്റെ രചനകളിൽ പ്രശസ്തമായവ *ദി ഡയറി ഓഫ് എ റൂഡിൻ, ഓൺ ദി ഈവ്, ഫാദേഴ്സ് ആന്റ് സൺസ്, ഏണെസ്റ്റ് ഒഫ് ദി ജൻഡ്രി* മുതലായവയാണ്.

ആശങ്കാകുലമായ നാളുകളിൽ

'എനിക്ക് പേടിയാണ് ശൈലികളെ
ഞാൻ ഒഴിവാക്കിപ്പോരുന്നു ശൈലികളെ
എങ്കിലോ,
ഈ ശൈലീഭയംതന്നെ
ഒരു നാട്യമാവുന്നില്ലേ'

എന്ന് ചോദിക്കുന്ന ഇവാൻ തുർഗനേവ് യാതൊരു നാട്യവുമില്ലാത്ത സ്വത്വശൈലിയിലാണ് എഴുതിയത്. റഷ്യൻഭാഷയുടെ ജീനിയസ്സറിഞ്ഞ കവിപ്രതിഭയാണ് തുർഗനേവ്. 'ആശങ്കാകുലമായ നാളുകളിൽ/ എന്റെ ദേശത്തിന്റെ ഭാഗധേയത്തെയോർത്ത് വലഞ്ഞ നാളുകളിൽ/ ശക്തയായി സ്വതന്ത്രയായി യാഥാർത്ഥ്യമായി എന്നെ തുണച്ച റഷ്യൻഭാഷേ, നീ തന്നെ എനിക്കാശ്രയം' എന്ന് അദ്ദേഹം പറയുന്നുണ്ട്. 'എന്തൊരു വിസ്മയകരമായ ശൈലി!' എന്ന് ചെക്കോവ് വിളിച്ചുപറഞ്ഞു - അഭൂതപൂർവ്വമായിരുന്നു റഷ്യൻസാഹിത്യത്തിൽ തുർഗനേവിന്റെ കവിത്വനിർഭരമായ സാഹിത്യഭാഷ. പരമമായ ലാളിത്യവും മൃദുത്വവുമാർന്ന വികാരലോകമാണ് അദ്ദേഹം ആവിഷ്കരിച്ചത്. താരുണ്യോത്സുകത, സൗഹൃദാഭിവാഞ്ഛ, പ്രകൃത്യുപാസന, അവ്യക്തഭാസുരമായ സങ്കടങ്ങൾ - ഇതൊക്കെ കമനീയമായി ആവിഷ്കരിച്ചവയാണ് അദ്ദേഹത്തിന്റെ കഥകളും ആഖ്യായികകളും ഗദ്യാത്മക കവിതകളും.

വിഷാദത്താൽ നറുമണവും പ്രകാശവും ചൊരിയുന്നവയാണ് അദ്ദേഹത്തിന്റെ കവിതകൾ. അവ സ്വജീവിതത്തിൽ നിന്നുള്ള ഏടുകളാണ്. അദ്ദേഹത്തിന്റെ കാലത്തെ ആസ്വാദകരെ ഈ വിഷാദഭാവങ്ങൾ ഏറെ അമ്പരപ്പിച്ചിട്ടുണ്ട്. അതിന് ചില കാരണങ്ങളുണ്ട് - പ്രഭുകുടുംബത്തിലെ ജന്മസൗഭാഗ്യങ്ങൾ അനുഭവിക്കാൻ അദ്ദേഹത്തിന് കഴിയേണ്ടതായി

രുന്നു. പ്രഭുകുടുംബത്തിലെ പുത്രനായതുകൊണ്ടുമാത്രം വ്യക്തിസത്ത പുലർന്നുകൊള്ളണമെന്നില്ലല്ലോ; ഭാഗ്യം തുണച്ചുകൊള്ളണമെന്നില്ലല്ലോ. അങ്ങനെ വാത്സല്യവും സ്നേഹവും ആർദ്രതയും കിട്ടാതെ വലഞ്ഞ ഒരു മനുഷ്യജന്മമായിരുന്നു തുർഗനേവ്. തുർഗനേവിന്റെ ജീവചരിത്രം വായിച്ചുനോക്കിയാലറിയാം ആ വിഷാദത്തിന്റെ നിമിത്തങ്ങളും നിദാനങ്ങളും. അദ്ദേഹം ജീവിച്ച കാലത്തുണ്ടായിരുന്ന മിക്കവരും അത് തിരിച്ചറിഞ്ഞിരുന്നില്ല.

പരമാർത്ഥസംവേദനത്തിനും കലാസൗന്ദര്യപ്രസരണത്തിനും കൂടി വേണ്ടിയാണ് അദ്ദേഹം ഗദ്യാത്മക കവിതകളെഴുതിയത്. വിഷാദച്ഛായകളാവാഹിക്കുന്ന ആ ചലനാത്മകതയാണ് *കവിതകൾ ഗദ്യത്തിൽ* എന്ന കൃതിയെ വിശ്വവിഖ്യാതമാക്കിയത്.

പ്രകൃതിയുടെ പ്രാതിഭാസികമായ അസ്തിത്വം, ജീവിതാവസ്ഥകളുടെ നാടകീയത, മൃത്യുവിന്റെ അജയ്യത, മുറ്റിനില്ക്കുന്ന വേദനയുടെ ചുഴികൾ, മതത്തിന്റെ മദാന്ധത, നൈതികബോധത്താൽ പ്രേരിതമായി കൈവരിക്കുന്ന രാഷ്ട്രീയസ്വാതന്ത്ര്യം, വ്യക്തിമനസ്സുകളുടെ വൈവിദ്ധ്യവും ഏങ്കോണിപ്പുകളും - തുർഗനേവ് ആവിഷ്കരിച്ച വികാരവിചാരലോകങ്ങളുടെ ഒരു തിരനോട്ടം മാത്രം.

ആൾരൂപങ്ങൾ, ആൾഭാവങ്ങൾ - വിവിധം, ബഹുലം, വിചിത്രം, വിരുദ്ധം. അവയുടെ വ്യഞ്ജകങ്ങളാണ് ഒരു കഥാംശത്തിന്റെ അടരെങ്കിലും നിഗിരണം ചെയ്തിട്ടുള്ള തുർഗനേവ് കവിതകൾ. സ്വാനുഭവങ്ങളുടെ, സ്വസ്ഥിതികളുടെ ചുടുചോര തുടിക്കുന്ന കഥനങ്ങൾ കൂടിയാണ് അവ. ഈ സമാഹാരത്തിലെ ഏതു കവിതയിൽനിന്നും കർമ്മധർമ്മ-ദുരന്തനർമ്മങ്ങളുടേതായ കലാനുഭവം ആസ്വാദകന് ചുരത്തിയെടുക്കാൻ കഴിയും.

ഭാവപരമായും ഭാവുകത്വപരമായും ഏറെ ദൂരങ്ങൾ പൂരിപ്പിക്കുന്നവയാണ് അദ്ദേഹത്തിന്റെ കാവ്യപാദങ്ങൾ. മനുഷ്യബന്ധങ്ങളുടെ ഗതിവിഗതികൾ - ചേർച്ചകൾ, ഭ്രംശങ്ങൾ ചിത്രീകരിക്കുന്ന ചെറുപ്രകരണങ്ങൾ; മനുഷ്യവംശത്തിലെ ഉയർച്ചതാഴ്ചകൾ - ബാല്യകൗമാരയൗവനങ്ങളുടെ പ്രസരിപ്പുകളും അവഗണിതാവസ്ഥകളും വാർദ്ധക്യം നേരിടുന്ന വെല്ലുവിളികളും വിധികളും; പ്രണയത്തിന്റെ ഉച്ചനീചധ്വനികളും മൃത്യുവിന്റെ വിപരീതധ്വനികളും - ഇങ്ങനെ വൈവിദ്ധ്യമാർന്നതാണ് തുർഗനേവിന്റെ ബഹുരൂപജന്മങ്ങളായ ക(ഥ)വിതകൾ. പത്രറിപ്പോർട്ടറെപ്പറ്റിയും മരണത്തെപ്പറ്റിയും കാമിനീഭാവങ്ങളെപ്പറ്റിയും വ്യത്യസ്തസ്വരങ്ങളിൽ, പലപ്പോഴും ദുരന്താത്മകമായ ഐറണിയോടെ അദ്ദേഹം എഴുതിയിരിക്കുന്നു. 'ക്രിസ്തു'വിന്റെ ആവിഷ്കാരത്തിലെ ലളിതകലാസുഭഗത എടുത്തുപറയേണ്ടതാണ്. അന്നോളം പലരും കല്പനചെയ്തുപോന്ന പലമട്ടുകളിൽനിന്നും തീർത്തും വ്യത്യസ്തമായ രീതിയിലാണ് തുർഗനേവ് യേശുവിനെ കണ്ടത്. അകാരണമായി പീഡിതനായവൻ, ആരെയും കൂസാത്ത വിപ്ലവകാരി, തത്ത്വം പ്രയോഗിച്ചുകാട്ടിക്കൊടുത്ത

വൻ - ഇങ്ങനെ ക്രിസ്തുസംബന്ധിയായ പുരാരൂപങ്ങൾ പലതത്രെ. എന്നാൽ തുർഗനേവ് ക്രിസ്തുവിനെ നമ്മുടെയൊപ്പമുള്ള ഒരു സാധാരണക്കാരനായിട്ടാണ് അവതരിപ്പിച്ചിരിക്കുന്നത്. ആശയഗുരുത്വം നിഗൂഹനം ചെയ്തിട്ടുള്ള ആ കവിതയുടെ പ്രച്ഛന്നലാളിത്യം ശ്രദ്ധേയമാണ്. അദ്ദേഹത്തിന്റെ മറ്റു മിക്ക കവിതകൾക്കുംകൂടി ഈ ഗുണമുണ്ടെന്നും പറയട്ടെ. സ്നേഹോദാരമായ പാരസ്പര്യത്തിലൂടെ മനുഷ്യാഹന്തയുടെ സർപ്പഫണം തകർക്കാനാകുമെന്നാണ് തുർഗനേവിന്റെ ദർശനം. ആ ദർശനത്തിന്റെ വെളിപാടുകളായിട്ടാണ് അദ്ദേഹത്തിന്റെ 'ക്രിസ്തു', 'സന്ന്യാസിയും ഞാനും' മുതലായവയുൾപ്പെടുന്ന കാവ്യശ്രേണിയെ കാണേണ്ടത്.

ഇവാൻ തുർഗനേവിന്റെ (1818-1883) ജീവചരിത്രത്തിൽനിന്ന് ചില അംശങ്ങൾ കൂടി ഇവിടെ കുറിക്കാം. അത് അദ്ദേഹത്തിന്റെ രചനകൾ ആസ്വദിക്കുന്നതിന് ഉപകരിച്ചേക്കും.

തുർഗനേവിന്റെ അച്ഛൻ ഒരു പുരാതന തറവാട്ടിലെ അംഗവും സൈനികോദ്യോഗസ്ഥനുമായ സർജി നിക്കോലാവെ. അമ്മ, പണക്കാരിയായ വാർവാര പെട്രോനാ. വാർവാര സുന്ദരിയായിരുന്നില്ല. അവളെ വിവാഹംകഴിക്കാൻ സർജിക്ക് താല്പര്യമില്ലായിരുന്നു. സർജിയുടെ അച്ഛൻ നിർബ്ബന്ധിക്കയാലാണ് ആ വിവാഹം നടന്നത്. പിതാവിന് ആകെക്കൂടിയുണ്ടായിരുന്നത് 130 അടിമകൾ പണിയെടുത്തിരുന്ന ചെറിയൊരു എസ്റ്റേറ്റാണ്. മകൻ പണക്കാരിയെ കെട്ടിയാൽ കൂടുതൽ സമ്പന്നനാകാമെന്നായിരുന്നു പിതാവിന്റെ മോഹം. വിവാഹശേഷം സർജിയിലും വാർവാരയിലും കനത്തുവന്നത് പരസ്പരമുള്ള വെറുപ്പാണ്. എങ്കിലും അവർക്ക് മൂന്നു കുട്ടികൾ ജനിച്ചു. ഒരു കുഞ്ഞ് കുട്ടിക്കാലത്തേ മരിച്ചുപോയി. ശേഷിച്ച രണ്ടുപേർ, മൂത്തവനായ നിക്കൊളാസും ഇളയവനായ ഇവാൻ തുർഗനേവും. അമ്മയ്ക്ക് അവരുടെ അച്ഛനോടുള്ള താല്പര്യക്കുറവുമൂലം ആ കുട്ടികൾ വാത്സല്യം പകർന്നുകിട്ടാതെയാണ് വളർന്നത്. ഭർത്താവിന്റെ മരണശേഷവും വാർവാരാ വാത്സല്യശൂന്യമായ നിലപാടാണ് പിന്തുടർന്നത്. അമ്മയുടെ അസഹ്യമായ പെരുമാറ്റത്താൽ ഉള്ള ആഘാതം തുർഗനേവിനെ വല്ലാതെ തളർത്തിയിരുന്നു.

ഇവാൻ തുർഗനേവ് അവിവാഹിതനായി ജീവിച്ചു, മരിച്ചു. അനേകം പ്രേമബന്ധങ്ങളിലൂടെ കടന്നുപോയി. എത്രയോ ലൈംഗികബന്ധങ്ങളും ഉണ്ടായി. ആരിൽനിന്നും അദ്ദേഹം പ്രതീക്ഷിച്ച ധൈഷണികസംസർഗ്ഗം കരഗതമായില്ല. തത്യാന - അരാജകത്വവാദിയായ ബാക്കുനിന്റെ പെങ്ങൾ - അല്പകാലം തുർഗനേവിന്റെ സുഹൃത്തായിരുന്നു. അവർ തമ്മിൽ തത്ത്വശാസ്ത്രചർച്ചകൾ പതിവായിരുന്നുവെങ്കിലും ഒരു വൈകാരിക സാഫല്യവും അവളിൽനിന്നു നേടാൻ സാധിച്ചില്ല. തുർഗനേവിന്റെ അമ്മയ്ക്ക് മനോഹരിയായ ഒരു ദാസിയുണ്ടായിരുന്നു. അന്ന് തുർഗനേവിന് വയസ്സ് 15. അവളത്രെ ആ മനുഷ്യന് ആദ്യമായി ലൈംഗികസുഖം പകർന്നത്. ആയിടയ്ക്ക് അമ്മയുടെ സഹായിയായി വന്ന കരകൗശല

ക്കാരന്റെ മകളുമായി തുർഗനേവ് അടുത്തു. അവൾ ഗർഭിണിയായെന്നറിഞ്ഞതോടെ അമ്മ വീട്ടിൽനിന്നും ഇറക്കിവിട്ടു. പിന്നീട് ഒരു ധാന്യം പൊടിപ്പുകാരന്റെ ഭാര്യയെയാണ് തുർഗനേവ് കാമുകിയാക്കിയത് (1843). പോളിൻ ഗാർസ്യാ എന്നും മിസിസ് വിയാർഡോ എന്നും അറിയപ്പെട്ടിരുന്ന ആ വിവാഹിതയെ തുർഗനേവ് നിരാനന്ദം ആരാധിച്ചു. പേരുകേട്ട നടിയും ഗായികയുമായിരുന്ന അവൾ സ്വന്തം മാസ്മരികശക്തിയാൽ തുർഗനേവിനെ അഞ്ചുകൊല്ലത്തോളം തളച്ചിട്ടു. അസന്തുഷ്ടിയോടെ ആ ബന്ധം തുടർന്നെങ്കിലും അവൾക്ക് വേറെയും കാമുകന്മാരുണ്ടെന്ന അറിവ് അദ്ദേഹത്തെ കടുത്ത ദുഃഖത്തിലാഴ്ത്തി. പക്ഷേ, ആദ്യകാല സാഹിത്യരചനകളുടെ പ്രചോദക അവളായിരുന്നുവെന്നതും അവർ ഒന്നിച്ചിരുന്ന് ഒട്ടേറെ കൃതികൾ ആസ്വദിച്ചുവെന്നതും മറക്കാവതല്ല. അവളുടെ ആകർഷണം അത്രമേൽ കാന്തശക്തിയുള്ളതാകയാൽ ആ ഇഷ്ടാനിഷ്ടവ്യൂഹത്തിൽ അദ്ദേഹം ബദ്ധാരാധകനായി കഴിഞ്ഞുകൂടി - ഈ കാലയളവിന്റെ സ്മാരകങ്ങളായി അദ്ദേഹത്തിന്റെ 'റോസാപ്പൂ', 'ഞാനില്ലാതാകുമ്പോൾ', 'പ്രേമപാത' മുതലായ കവിതകളെ കാണാമെന്നു തോന്നുന്നു.

തുടർന്നും ചില പ്രണയക്കുരുക്കുകൾ ഉണ്ടായി. ജൂലിയ വ്രെവസ്കിയ, മറിയ സവിന എന്നിവരുമായി പ്രണയബന്ധത്തിലാവുമ്പോൾ അദ്ദേഹത്തിന് പ്രായം 51. ശാരീരികവും മാനസികവുമായ പൊരുത്തമുള്ള ജൂലിയ അദ്ദേഹത്തിന് സർവ്വവികാരസംതൃപ്തിയരുളി എന്നു പറയാം. *കന്നിമണ്ണ്* എന്ന നോവൽ, ജൂലിയ എന്ന മഹതിയുടെ പ്രചോദനഫലമത്രെ.

അനുരാഗപൂർണ്ണതയ്ക്കായുള്ള വെമ്പലും അത്യാർത്തിയുമായിരുന്നു തുർഗനേവിന്റെ ജീവിതം. ആകയാൽ ഒട്ടേറെ വിഷാദം നിറഞ്ഞുനിന്നു ആ ഹൃദയത്തിൽ. ഖ്യാതികൊണ്ടും സമ്പത്തുകൊണ്ടും പ്രഭുവായ തുർഗനേവിന്റെ വാർദ്ധക്യകാല വിലാപങ്ങളാണ് 'കൂടില്ലാത്ത പക്ഷി' മുതലായ കവിതകൾ.

നാസ്തികനും ശാസ്ത്രീയ ഹ്യൂമനിസ്റ്റുമായ തുർഗനേവ് ജീവിതത്തിന്റെ മായികതയിൽ വിശ്വസിച്ചിരുന്നുവെന്ന് തോന്നാം. അങ്ങനെയൊരു വൈരുദ്ധ്യാത്മകസംഘർഷത്തിൽനിന്നുടലെടുത്തതാണ് അദ്ദേഹത്തിന്റെ ദർശനം. പണമുണ്ടായിരുന്നെങ്കിലും പ്രണയദാഹം ശമിച്ചില്ല. നട്ടെല്ലിനെ ബാധിച്ച ക്യാൻസർ മറ്റൊരു ദുരിതമായിരുന്നു. എങ്കിലും സകല ദുഃഖങ്ങളെയും അദ്ദേഹം ഇച്ഛാശക്തിയോടെ കൊണ്ടാടുകയും മികവുറ്റ സാഹിത്യകൃതികളുടെ രചനയിലൂടെ അവയെ മറികടക്കുകയും ചെയ്തു. വിഖ്യാതസാഹിത്യകാരനായ ഗൊഗോളിനെപ്പറ്റി തുർഗനേവ് ഒരു ചരമക്കുറിപ്പെഴുതിയിരുന്നു (1852 മാർച്ച് 16). അതുമൂലം ഏറെ കഷ്ടങ്ങൾ ഉണ്ടായി. ജയിൽവാസവും വീട്ടുതടങ്കലും അനുഭവിക്കേണ്ടിവന്നു. നിക്കൊളാസ് രണ്ടാമന്റെ മരണശേഷം അലക്സാണ്ടർ രണ്ടാമൻ ചക്രവർത്തിയായി. അന്ന് കുറ്റക്കാരെ മാപ്പുകൊടുത്തു വിട്ടയച്ച കൂട്ടത്തിൽ തുർഗനേവിനും പുറത്തിറങ്ങാൻ കഴിഞ്ഞു.

തുർഗനേവിന്റെ അമ്മ മരിച്ചു (1850 നവംബർ 28). ജ്യേഷ്ഠൻ നിക്കൊളാസും തുർഗനേവും തമ്മിൽ ഭാഗിച്ചു പിരിഞ്ഞു. തന്റെ വിഹിതം കിട്ടിയപ്പോൾ തുർഗനേവ് വീട്ടിലെ അടിമകളെ മുഴുവൻ വിട്ടയച്ചു. എസ്റ്റേറ്റിലെ കൃഷിക്കാർ ഉടമസ്ഥന്റെ വയലുകളിൽ മൂന്നുദിവസം പണിയെടുക്കണമെന്ന വ്യവസ്ഥയും മാറ്റി. ആണ്ടുപാട്ടം ഏർപ്പെടുത്താൻ ശ്രമിച്ചെങ്കിലും അടിയാളരിൽ പലരും സമ്മതിച്ചില്ല. മാനവികതയുടെ വക്താവായിരുന്നെങ്കിലും തന്റെ നാട്ടിലെ കർഷകരുടെ മനസ്സു വായിച്ചറിയാൻ തുർഗനേവിന് കഴിഞ്ഞില്ല. എന്നാൽ അടിമവ്യവസ്ഥിതി ഇല്ലാതാക്കാൻ അദ്ദേഹം പ്രതിജ്ഞാബദ്ധനായി പ്രവർത്തിച്ചു. തുർഗനേവിന്റെ കൃതികളിലുടനീളം ഈ ത്വര മുന്നിട്ടുനില്ക്കുന്നതു കാണാം. 1856 ൽ മുപ്പത്തെട്ടാം വയസ്സുമുതൽ 1877 ൽ അമ്പത്തെട്ടാംവയസ്സുവരെയുള്ള നീണ്ട കാലയളവിൽ തുർഗനേവ് ആറ് ബൃഹത്നോവലുകളാണ് എഴുതിയത്. *റൂഡിൻ, ഒരു പ്രഭുകുടുംബം, പുലരിയിൽ, പിതാക്കളും പുത്രന്മാരും, പുക, കന്നിമണ്ണ്* - രണ്ടു വാല്യങ്ങൾ. ജനകീയ ജനാധിപത്യഭരണക്രമത്തിനുവേണ്ടിയുള്ള ദാഹം ഈ നോവലുകളെ പ്രകാശനിർഭരമാക്കുന്നു. ജനകീയഭരണത്തിനും വൈയക്തികസ്വാതന്ത്ര്യത്തിനും വേണ്ടി അദ്ദേഹം നിലകൊണ്ടു. യാഥാസ്ഥിതികരൊഴികെ ഭൂരിപക്ഷം ജനതയും അഭിലഷിച്ചിരുന്നതും അതുതന്നെയായിരുന്നു. തുർഗനേവിന്റെ സമ്പത്തും കലാസൃഷ്ടികളും ഇതിലേക്കായി നിസ്വാർത്ഥമായി വിനിയോഗിക്കപ്പെടുകയും ചെയ്തു.

പിണക്കം തുർഗനേവിന്റെ സ്വഭാവമാണ്, അതുപോലെതന്നെ ഇണക്കവും. ടോൾസ്റ്റോയിയുമായുള്ള അകലം ഏറെവർഷം നീണ്ടുനിന്നു. ദസ്തയേവ്സ്കിയുമായുള്ള പിണക്കം തീർക്കാൻ ഒരിക്കലും സാധിച്ചില്ല. അനാർക്കിസ്റ്റായ ബാക്കുനിനുവേണ്ടി ഏറെ പണം ചെലവഴിച്ചിട്ടും അദ്ദേഹവും കൂട്ടുകാരും തുർഗനേവിനെ അപഹസിക്കുകയാണുണ്ടായത്.

ഇക്കാലയളവിലെ ഏതാനും മുഹൂർത്തങ്ങളുടെ സന്ദിഗ്ദ്ധതകളായിരിക്കാം, 'നിങ്ങൾ വിഡ്ഢിയുടെ ന്യായവിധി കേൾക്കുന്ന ഒരുകാലം വരും', 'പണിയാളനും വെളുമ്പൻ കൈയനും', 'രണ്ടു കവികൾ' മുതലായ കവിതകൾ.

ഭൂതകാലങ്ങൾക്കുമുൻപിൽ സങ്കടങ്ങളുടെ
വിളക്കുകൊളുത്തിവെക്കാതെ
കഥാവശേഷമായ നാളെകൾക്കു കാത്തിരിക്കാതെ
അത്യഗാധതകളിൽ അവശേഷിക്കുന്ന
അനുഭവപ്പച്ചിലകൾ ഏടുകൾപോലെ

മറിച്ചുനോക്കുന്ന കവിയുടെ ചിത്രം തെളിഞ്ഞുവരുന്നു, 'പാവം വയസ്സാ, മുൻപോട്ടു നോക്കരുത്' എന്ന കവിത വായിക്കുമ്പോൾ. ആ രൂപകം സാർത്ഥകമായി അനുഭവപ്പെടുന്നു, ഗദ്യവടിവാർന്ന ഈ കവിതകളെല്ലാം രചിച്ചത് അവസാനകാലത്തെ അഞ്ചുവർഷങ്ങളിലാണെന്നോർക്കുമ്പോൾ.

തുർഗനേവിന്റെ ജീവിതവഴികളും കാവ്യജീവിതവും മലയാളിക്ക് അത്ര അപരിചിതമല്ല. മറ്റു വിശ്രുത റഷ്യൻ സാഹിത്യകാരന്മാരുടേതു പോലെ അദ്ദേഹത്തിന്റെ ആഖ്യായികകളും നാടകങ്ങളും മറ്റും മലയാളത്തിൽ പരിഭാഷപ്പെടുത്തിയിട്ടുണ്ടല്ലോ. മാനവസ്വാതന്ത്ര്യത്തിന്റെയും സ്വതന്ത്രചിന്തയുടെയും വെളിച്ചമാണവ പകർന്നുതരുന്നത്. എന്നാൽ അദ്ദേഹത്തിന്റെ വൈയക്തികജീവിതം കൂടുതൽ പ്രകാശിച്ചുകാണുന്നത് ഗദ്യാത്മകകവിതകളിലാണ് എന്ന് അനുഭവപ്പെടുന്നു.

തുർഗനേവിന്റെ ഗദ്യവടിവാർന്ന കവിതകളുടെ തരംഗലീലയും അവയിലെ അർത്ഥദൈർഘ്യവും കോളേജുപഠനകാലത്താണ് ഞാൻ അടുത്തറിയാൻ തുടങ്ങിയത്. തുർഗനേവിന്റെ കവിതകൾ ഇംഗ്ലീഷിൽനിന്ന് ഡോ. എ ടി മാർക്കോസ് സഹൃദയത്വത്തികവോടെ പരിഭാഷപ്പെടുത്തിയിരുന്നത് വായിക്കാനിടയായി. മിതത്വവും ഔചിത്യവും തികഞ്ഞ ആ പരിഭാഷകൾ ഞാനോർക്കാറുണ്ട്.

പിന്നെ നാലുപതിറ്റാണ്ടോളം കഴിഞ്ഞു. അങ്ങനെയിരിക്കെയാണ് *Ivan Turgenev: Dream Tales and Prose Poems* എന്നൊരു ഗ്രന്ഥം കാണാനിടയായത്. ഞാൻ ഏറെ ഉത്സുകനായി. ആദ്യന്തം വായിച്ചു നോക്കി. അതിലെ 'സ്വപ്നകഥകൾ' മാറ്റിവെച്ച് 'കവിതാഗദ്യങ്ങൾ' മാത്രം പലപ്പോഴായി വീണ്ടും വായിച്ചു. പിന്നെ ഒരു രസത്തിനുവേണ്ടി മാത്രം ചിലത് പല കാലങ്ങളിലായി പുനരാഖ്യാനം ചെയ്യുകയോ പുനഃസൃഷ്ടി നടത്തുകയോ ചെയ്തു. അതിലെ എല്ലാ കവിതകളും ഇവിടെ വിനിയോഗിച്ചിട്ടില്ല. 'തർജ്ജുമ' എന്ന പ്രക്രിയയുടെ മാനകങ്ങളും മാനദണ്ഡങ്ങളും വെച്ചുകൊണ്ടല്ല ഇവിടെ മൊഴിഭാവങ്ങൾ പകർന്നിട്ടുള്ളത്. രസാത്മകമായൊരു പുനരാവിഷ്കാരം സാദ്ധ്യമാകുമോ എന്നാണ് നോക്കിയിട്ടുള്ളത്. ഓരോ കവിതയിലെയും പ്രകരണവും സൂചകങ്ങളും വിന്യാസങ്ങളുടെ അടരുകളും ഉപരിസന്നിവേശവും അന്തസ്സന്നിവേശവും ആവാഹിച്ചുകൊണ്ടുള്ള ഒരു സ്വതന്ത്രപ്രക്രിയയാണ് ഇവിടെ പാലിച്ചിട്ടുള്ളത്.

ദേശമംഗലം രാമകൃഷ്ണൻ

ജന്മദേശം

ജൂലൈ കഴിയുകയാണ്. ഇന്ന് 31-ാം തീയതി. വിസ്തൃതമായിക്കിടക്കുന്നു ഞങ്ങൾ പിറന്ന നാട്.

ആകാശം നിറയെ ഇടതടവില്ലാതെ നീലിമ. ഒരു കുഞ്ഞുമേഘത്തിലുണ്ട് കനംവെച്ച നീരാവി. അത് പാതി പൊന്തിപ്പൊന്തി പാതി മങ്ങി മറഞ്ഞ്. കാറ്റ് വീശുന്നില്ല, ചൂട് അനുഭവപ്പെടുന്നുണ്ട്. അന്തരീക്ഷം, ഇപ്പോൾ കറന്നെടുത്ത പാലുപോലെ.

ചിലയ്ക്കുന്നുണ്ട് കിളികൾ, കുറുകുന്നുണ്ട് ഇണപ്രാവുകൾ, ഊളിയിട്ടു കളിക്കുന്നു അങ്ങോട്ടിങ്ങോട്ടെത്രയോ കാടകൾ. ചിനയ്ക്കുന്നൂ, അയവെട്ടുന്നൂ കുതിരകൾ. കുരയ്ക്കുന്നില്ല നായ്ക്കൾ. വാലാട്ടിനില്ക്കുന്നു അവറ്റകൾ. പരക്കുന്നൂ പുകയുടെയും വൈക്കോലിന്റെയും മണം. മണക്കുന്നൂ ടാറും തോലും. പൂത്തു വിടർന്നിരിക്കുന്നൂ ചണച്ചെടികൾ. എന്തൊരു രൂക്ഷസുഗന്ധം!

അതാ ഒരു മലയിടുക്ക്- ആഴമാർന്ന് ചെരിഞ്ഞ്. അതിന്റെ ചെരിവോരങ്ങളിലുണ്ട് നിരനിരയായി വില്ലോ മരങ്ങൾ- പിളർന്ന് ശാഖകൾവെച്ച തടികളോടെ, ഉയർന്ന ശിരസ്സുകളോടെ. പായുന്നുണ്ട് മലയിടുക്കിലൂടെ ഒരരുവി. അതിന്റെ തെളിഞ്ഞ ചുഴികളിലേക്കു നോക്കൂ, അടിത്തട്ടിൽ മണിക്കല്ലുകൾ നൃത്തം ചെയ്യുകയാണ്. അകലെ ഭൂമിക്കും ആകാശത്തിനും ഇടയിലെ അതിർത്തിയിൽ ഒരു മഹാനദീ പ്രവാഹമായി ഒരു നീലനിറം കാണാം.

ഇതൊരു താഴ്വാരം. അതിന്റെ ഒരു വശത്ത് നല്ല അടച്ചുറപ്പുള്ള കളപ്പുരകളാണ്. അവിടെയാണ് ധാന്യപ്പത്തായങ്ങൾ. എതിർവശത്ത് അഞ്ചോ ആറോ ചെറുവീടുകൾ. പൈൻതടികൊണ്ടാണ് അവയുടെ മേല്ക്കൂര. അത്രയും പൊക്കത്തിൽത്തന്നെ പ്രാവിൻകൂടുകളും കാണാം.

പച്ചിരുമ്പുകൊണ്ട് പണിത ചെറുപടിവാതിലുകൾ ഓരോ വീടിനുമുണ്ട്. വീടിന്റെ ജനൽ, മഴവിൽവർണ്ണങ്ങളുള്ളതാണ്. തടിവാതിലുകളിൽ കാണാം പൂത്താലങ്ങളുടെ ചിത്രങ്ങൾ. ഓരോ വീടിന്റെ മുന്നിലും ഉണ്ട് വൃത്തിയുള്ളൊരു ബഞ്ച്. ഉമ്മറമുറ്റത്തെ മൺകൂനകൾക്കുമുകളിൽ പൂച്ചകൾ വെയിൽ കായുന്നു. സ്ഫടികനിറമുള്ള കാതുകൾ കൂർപ്പിച്ചാണ് അവയുടെ ഇരിപ്പ്. വാതിൽപ്പടികൾക്കുമപ്പുറത്താണ് അരണ്ടുതണുത്ത അറകൾ. അവിടെയാണ് വീട്ടുകാരുടെ വാസം.

മലയിടുക്കിന്റെ ഓരം ചേർന്ന് ഒരു ചവുക്കാളം വിരിച്ചിട്ട് ഞാനതിൽ കിടക്കുകയാണ്. പുതുകൊയ്ത്തിന്റെ വയ്ക്കോൽ കുണ്ടകൾ ചുറ്റുമുണ്ട്. അതിന്റെ രൂക്ഷസുഗന്ധം ഉയരുന്നുണ്ട്. വയ്ക്കോൽ ഉണക്കാനൊരു വഴിയേ ഉള്ളൂ- വീടുകൾക്കു ചുറ്റും ചിക്കിപ്പരത്തിയിടുക. വെയിലുകൊണ്ട് നല്ല ഉണക്കം കിട്ടിക്കഴിഞ്ഞാലേ വൈക്കോൽസൂക്ഷിപ്പുപുരയിൽ അവ കേറ്റിയിടാൻ പറ്റൂ. വൈക്കോൽപ്പുരയിലും ഉറങ്ങാം. അട്ടിയട്ടിയായിട്ട വൈക്കോൽക്കറ്റകൾ കിടക്കപോലെയാണ്. നല്ല ഉറക്കം കിട്ടും.

വൈക്കോൽകുണ്ടയുടെ മുകളിൽ ചുരുളൻമുടിയുള്ള കുട്ടിത്തലകൾ കാണാം. താഴ്ഭാഗത്തെ വൈക്കോലിൽ പുഴുക്കളും പ്രാണികളുമുണ്ടാവും. പിടക്കോഴികൾ അവയെ ചികഞ്ഞെടുത്തു കൊത്തിത്തിന്നുന്നു. കൊയ്ത്തു കഴിഞ്ഞ പാടത്ത് വീണുകിടക്കുന്ന ഉണക്കക്കാലായിൽ കിടന്നുരുളുന്നു ഒരു വെളുത്ത നായ്ക്കുട്ടി.

പിന്നെ, ഏതാനും ബാലന്മാർ - പാദത്തിൽ ബൂട്ടുകൾ, അഴുക്കില്ലാത്ത കുപ്പായങ്ങൾ, താഴ്ത്തിക്കെട്ടിയ ബെൽറ്റ്. നല്ല ചന്തമുണ്ട്. മുമ്പിൽ ഒരു കുതിരവണ്ടി. കുതിരയെ കെട്ടിയിട്ടില്ല. അതിന്റെ ഇരുഭാഗത്തും നില്ക്കയാണവർ. വിടുവായത്തരംകൊണ്ടു രസംപിടിച്ചുനില്പാണ്. വെളുവെളുത്ത പല്ലും കാട്ടി കളിമ്പത്തോടെ നില്ക്കുന്ന അവരെ നോക്കൂ. എന്തൊരു കൗതുകം! അപ്പോൾ അതാ നിലാവുപോലൊരു പെൺകിടാവ് അവളുടെ ജനലിലൂടെ എത്തിനോക്കുന്നു. ചെക്കന്മാരുടെ വർത്തമാനത്തിനു കാതോർത്ത് ചിരിക്കുന്നുണ്ട് അവൾ; അവന്മാരുടെ കളികൾകണ്ട് നല്ല രസത്തിലാണ് അവൾ.

ഇതാ വേറൊരു യുവതി. കരുത്തുറ്റവൾ. ആഴക്കിണറിൽനിന്ന് വെള്ളം കോരുകയാണ്. ഇരടിവിറച്ച് മുകളിലേക്കെത്തുന്ന ബക്കറ്റിൽനിന്ന് വെള്ളിപോലെ വെള്ളത്തുള്ളികൾ ചിതറിത്തെറിക്കുന്നത് കാണാനും രസം!

ഈ സമയത്ത് പ്രായംകൂടി മുതിർന്ന ഒരു സ്ത്രീ ഇതാ എന്റെ അടുത്തേക്കുവരുന്നു. വരയൻ പാവാടക്കാരി. പുത്തൻ ഷൂസും ധരിച്ചിട്ടുണ്ട്. അവരുടെ നീണ്ടിരുണ്ട കഴുത്തിൽ പൊള്ളക്കല്ലുകൊണ്ടുള്ള ഒരു മൂന്നിഴമാല കാണാനും രസം. തല നരച്ചിരിക്കുന്നു. പക്ഷേ, അത് ചോപ്പൻ പുള്ളികളുള്ള മഞ്ഞക്കൈലേസുകൊണ്ട് മൂടിയിട്ടിരിക്കുന്നു. കാഴ്ച കുറഞ്ഞ കണ്ണുകളെ പാതിയോളം മറച്ചുകൊണ്ടാണ് കൈലേസ് കെട്ടിയിരിക്കുന്നത്.

ആ വൃദ്ധയുടെ കണ്ണുകളിലേക്ക് നോക്കൂ ആർക്കും അടുപ്പം തോന്നുന്ന ഒരു പുഞ്ചിരിയില്ലേ ആ നോട്ടത്തിൽ ? ചുളിഞ്ഞ മുഖത്തെ അത് പ്രഭാമയമാക്കുന്നു. ഞാനൂഹിക്കുന്നു, അവൾക്ക് ഒരെഴുപതുവയസ്സായിക്കാണും. എങ്കിൽ ഊഹിച്ചുകൂടേ അവരുടെ യുവത്വം എന്തായിരുന്നുവെന്ന്!

കടുത്തവെയിലുകൊണ്ട് കരിവാളിച്ചതാണ് അവരുടെ കൈവിരലുകൾ. കറന്നെടുത്തിട്ട് ഏറെ നേരമായിട്ടില്ലാത്തതും പതവറ്റാത്തതുമായ നറുപാലാണ് ആ വലം കൈയിലെ കോപ്പയിലുള്ളത്. കോപ്പയുടെ വക്കിൽ പാൽതുളുമ്പി മുത്തുമണികളായി മിന്നുന്നു. അവരുടെ ഇടത്തെ കൈയിലോ-വലിയൊരപ്പക്കഷണം, പുതുത്, ആവിപാറിക്കൊണ്ടിരിക്കുന്നത്. ആ വൃദ്ധയുടെ എന്റെയടുത്തേക്കുള്ള വരവിന്റെ മട്ടും ഭാവവും കണ്ടാൽ തന്നെ മതി, അവരെന്നോടിങ്ങനെ വിളിച്ചു പറയുകയല്ലേ?: 'പാന്ഥനായ വിരുന്നുകാരാ, വരൂ, ഈ ആഹാരം കഴിക്കൂ.'

പെട്ടെന്നാണൊരു പൂവൻകോഴി ചിറകിട്ടടിച്ച് ഉച്ചത്തിൽ കൂവിയത്. അതുകേട്ട് തൊഴുത്തിലെ കിടാവ് ഞെട്ടിയുണർന്നമറുന്നതു കേട്ടു.

അപ്പോൾ പാടങ്ങളിലേക്ക് നോക്കി എന്റെ കുതിരവണ്ടിക്കാരൻ ആശ്ചര്യത്തോടെ പറയുന്നതു കേട്ടു: 'ഇക്കുറിയും ഗംഭീരമായ വിളവു തന്നെ!' ഹാ, എന്റെ ജന്മദേശമായ റഷ്യൻ നാട്ടുംപുറത്ത് ആഹ്ലാദകരമായ സ്വച്ഛത; സംതൃപ്തി, സമൃദ്ധി. ഇവിടെ അനുഭവപ്പെടുന്ന ശാന്തിയും കൃതാർത്ഥതയും എത്ര അഗാധം!

ഇതാണ് റഷ്യ. ഇതിനോട് കിടപിടിക്കാനെന്തുണ്ട്? എന്നിട്ടും എന്നെക്കണക്കുള്ള നഗരവാസികൾ, കോൺസ്റ്റാന്റിനോപ്പിളിലെ വിശുദ്ധ സോഫിയായുടെ കപ്പേളയിലെ കുരിശുകിട്ടാനായി തുർക്കിക്കാരുമായി കലഹിക്കുന്നത് തീർത്തും നിസ്സാരമല്ലേ? എന്തൊരു ആത്മീയതയാണതിലുള്ളത്?

ഒരു സംവാദം

(ആയിരത്തിയെണ്ണൂറ്റി പതിനൊന്ന് ആഗസ്ത് 3-ന് ജങ്ഫ്രോകൊടുമുടിയും ഒരുവർഷം കഴിഞ്ഞ് ഫിനിസ്ട്രോർഹോൺ കൊടുമുടിയും പർവ്വതാരോഹകൻ കീഴടക്കിയിരുന്നു. എന്നാൽ 1878 ൽ തുർഗനേവ് എഴുതിയ ഈ കവിതയിൽ ഇങ്ങനെ വന്നുകൂടിയതെന്തുകൊണ്ട്? കറാസിൻ എന്ന സാഹിത്യകാരന്റെ ഒരു പരാമർശം കൊടുമുടികൾ കീഴടക്കപ്പെടുന്നതിനുമുമ്പ് ഉണ്ടായിരുന്നു. സ്വിറ്റ്സർലന്റിൽനിന്ന് ജങ്ഫ്രോ കൊടുമുടിയിലെ സൂര്യാസ്തമയം കണ്ടിട്ടായിരിക്കാം അന്ന് കറാസിൻ അങ്ങനെ എഴുതിയത്. ആകയാൽ തുർഗനേവ് പൂർവ്വപരാമർശം അനുസ്മരിച്ചതാകാം ഈ കവിതയിൽ).

"ജങ്ഫ്രോയും ഫിനിസ്ട്രാർഹോണും ഇതുവരെ മനുഷ്യന്റെ പാദസ്പർശം ഏറ്റിട്ടില്ലല്ലോ."

ആൽപ്സ് പർവ്വതനിരയിൽ അത്രയേറെ ഉയർന്നുനില്ക്കുന്നവ. ഉയർന്നും താഴ്ന്നും ദുർഗ്ഗമമായി നില്ക്കുന്നവ. കൊടും പാറക്കെട്ടുകളുടെ നിരകൾ. ഇത് ആൽപ്സിന്റെ മർമ്മഭാഗം.

ആ പർവ്വതനിരകളുടെ മുകളിലേക്കു കണ്ണയയ്ക്കൂ: ഇളം പച്ചനിറത്തിൽ നിശ്ശബ്ദമായ ആകാശം. അവിടത്തെ തണുപ്പ് കടിച്ചുതിന്നും, അത്ര ദുസ്സഹം. ഹിമക്കട്ടകളുടെ കാഠിന്യവും തിളക്കവും നോക്കൂ. ഹിമക്കട്ടകൾക്കിടയിലൂടെ ഉന്തിപ്പൊന്തിനില്ക്കുന്നു, കടുത്തകാറ്റിൽ മഞ്ഞുമൂടിക്കൊണ്ടിരിക്കുന്നു, പരുപരുത്ത മാമലക്കൊടുമുടികൾ. ഭീകരസത്വങ്ങൾ, ഭയങ്കര രാക്ഷസന്മാർ എന്നൊക്കെ വിളിക്കാൻ തോന്നും.

ജങ്ഫ്രോ അയൽവാസിയോടു ചോദിക്കയാണ്: "പുതുമയുള്ളതായി വല്ലതും പറയാനുണ്ടോ? എന്നെക്കാളും കാര്യം കാണാൻ കഴിയുന്നത് താങ്കൾക്കല്ലേ? അവിടെ താഴെ എന്തോ സംഭവിക്കുന്നുണ്ടോ?"

-പിന്നെ ആയിരക്കണക്കിന് വത്സരങ്ങൾ കടന്നുപോയി. ആ സഹ

ങ്ങാബ്ദങ്ങൾ അവർക്കാകട്ടെ ഒരു നിമിഷം മാത്രം.

ഫിനിസ്ട്രാർഹോൺ പ്രതികരിച്ചു; ഗർജ്ജിച്ചു: 'താഴെ ഭൂമിക്കുമീതേ കഠിനമായ, അട്ടിയട്ടിയായ മേഘക്കൂട്ടങ്ങൾ കാണുന്നല്ലോ, നില്ക്കൂ, ഒന്നു കൂടി സൂക്ഷിച്ചുനോക്കട്ടെ.'

-പിന്നെയും സഹസ്രാബ്ദങ്ങൾ കടന്നുപോയി. അവരെ സംബന്ധി ച്ചിടത്തോളം അതൊരു നിമിഷം മാത്രം.

"അങ്ങനെയെങ്കിൽ, ഇപ്പോഴെങ്ങനെ?" ജങ്ഫ്രോ ചോദിച്ചു.

"ഇപ്പോഴോ, എനിക്കു ശരിക്കും കാണാം. കീഴെ എല്ലാം ഒരേമട്ടിൽ തന്നെ - നീലയായ സമുദ്രങ്ങൾ, നിബിഡമായി ഇരുണ്ട വനങ്ങൾ, ചാര നിറത്തിൽ പണിതുവെച്ച പാറക്കൂട്ടങ്ങൾ. ഇരുകാലികളായ ആ ജീവി കളുണ്ടല്ലോ, അവർ അവയ്ക്കിടയിലൂടെ അങ്ങോട്ടിങ്ങോട്ടുഴന്നു ബഹളം കൂട്ടിനടക്കുകയാണ്. ഇന്നോളം നമ്മെ കളങ്കപ്പെടുത്താൻ അവർക്കു സാധിച്ചിട്ടില്ലല്ലോ."

"മനുഷ്യരെപ്പറ്റിയോ ഈ പറച്ചിൽ?"

"അതേയതെ, അവരെപ്പറ്റിത്തന്നെ."

-പിന്നെയും എത്രയോ ആയിരത്താണ്ടുകൾ കടന്നുപോയി. അതൊക്കെ അവർക്കൊരു നിമിഷനേരം മാത്രം.

"എങ്കിൽ ഇപ്പോഴെങ്ങനെ?" ജങ്ഫ്രോ ചോദിച്ചു.

"ഇപ്പോൾ ആ കൂട്ടക്കാരെ അത്രയ്ക്കു കാണാറില്ല. മറ്റൊന്ന്, കീഴ് ഭാഗം ഇപ്പോൾ അല്പം കൂടി തെളിഞ്ഞു കാണാനുണ്ട്. ജലാശയങ്ങൾ കുറഞ്ഞുവന്നിരിക്കുന്നു. കാടുകളും ഒന്നൊതുങ്ങിപ്പോയ മട്ടാണ്" - ഫിനിസ്ട്രാർഹോൺ പറഞ്ഞു.

-പിന്നെയും എത്രയോ ആയിരത്താണ്ടുകൾ കടന്നുപോയിരിക്കുന്നു. അതൊക്കെ അവർക്കൊരു നിമിഷനേരം മാത്രം.

ജങ്ഫ്രോ ചോദിക്കാതിരുന്നില്ല: "എങ്കിൽ, ഇപ്പോഴെങ്ങനെ?"

"നമുക്കടുത്തുള്ള ഇടങ്ങളെല്ലാം ഏറക്കുറെ ശാന്തമായിരിക്കുന്നു. എന്നാൽ അകലെയുള്ള താഴ്വാരങ്ങളിലേക്കു നോക്കു. അവിടങ്ങളിൽ എന്തോ പുള്ളിക്കുത്തുകൾ കാണുന്നുവല്ലോ. എന്തോ ചില അനക്ക ങ്ങളും ഉള്ളതായി തോന്നുന്നു."

വീണ്ടും ഒരായിരം വത്സരം അവർക്കൊരു നിമിഷമായി കടന്നു പോയി. അപ്പോൾ ജങ്ഫ്രോ ചോദിക്കുകയാണ്: "എങ്കിൽ ഇപ്പോഴെ ങ്ങനെ?"

"എല്ലാടവും ശുഭമായി. എല്ലാടവും സ്വച്ഛതയായി. എല്ലാടവും നിറഞ്ഞു നമ്മുടെ ഹിമക്കട്ടകൾ. എല്ലാടവും തണുത്തുറയുകയായി. കൊള്ളാം. എല്ലാടവും നിശ്ശബ്ദത!" - ഫിനിസ്ട്രാർ ഹോൺ പറഞ്ഞു.

"നന്നായി." ജങ്ഫ്രോ പ്രതികരിച്ചു.

"ചങ്ങാതീ, എത്രനേരമായി വെടിവട്ടം, ഉറങ്ങാൻ സമയമായല്ലോ."

"ശരിയാണല്ലോ."

രണ്ടു ശൃംഗഭീകരന്മാരും ഉറക്കത്തിലാഴ്ന്നു. അപാരനിശ്ശബ്ദത നിറഞ്ഞ പർവ്വതത്തിനു മുകളിൽ നീലവാനവും ഉറക്കത്തിലാഴ്ന്നു.

ആ തള്ള

ഏകനായി ഞാൻ നടക്കുകയായിരുന്നു, വിശാലമായ ഒരു സമതലത്തിലൂടെ.

പൊടുന്നനെ എനിക്കുതോന്നി, എന്റെ പിറകെ ഒച്ചയുണ്ടാക്കാതെ മെല്ലെമെല്ലെ ചുവടുവെച്ച് ആരോ വരുന്നുണ്ട്, ആരോ പിന്തുടരുകയാണ് -ഞാൻ തീർച്ചപ്പെടുത്തി.

തിരിഞ്ഞുനോക്കിയപ്പോഴോ കണ്ടത് ഒരു കൂനിത്തള്ളയെ. കീറത്തുണികൊണ്ട് ഉടൽ മൂടിയ ഒരു പടുവൃദ്ധ. ആ കീറത്തുണിക്കോലത്തിൽനിന്ന് മുഖം മാത്രം ഉന്തിനില്ക്കുന്നു. മോണമാത്രമായ മുഖം. മഞ്ഞച്ചമുഖം. ചുക്കിച്ചുളിഞ്ഞ മുഖം. നീണ്ട മൂക്കുള്ള മുഖം.

ആ വൃദ്ധയുടെ അടുത്തേക്കു ഞാൻ ചെന്നതും അവർ അന്തിച്ചു നില്പായി.

"ആരാ? എന്താ വേണ്ടത്? യാചകിയാണോ? വല്ല ഭിക്ഷയും വേണോ?"

അവർ മറുപടി പറഞ്ഞില്ല. ഞാൻ കുനിഞ്ഞുനിന്ന് ആ മുഖത്തേക്കു നോക്കി. ആ കണ്ണുകളിൽ പാട മൂടിയിരിക്കുന്നു. ദുസ്സഹമായ ചൂടും വെട്ടവും ഏല്ക്കാതിരിക്കാൻ ഏതോ പക്ഷികൾക്ക് അത്തരം പാടമൂടിയ കണ്ണുകളുണ്ടത്രെ.

എന്നാൽ, അവരുടെ കണ്ണിനെ തൊലിപോലെ മൂടിയിരിക്കുന്ന പാട നീക്കാനാവില്ല. ഞാനുറപ്പിച്ചു, അവർ അന്ധയാണ്.

"യാചകിയാണെങ്കിൽ വല്ലതും തരാം. അല്ലാതെ, എന്തിനെന്നെ ഇങ്ങനെ പിന്തുടരുന്നു?" - വീണ്ടും വീണ്ടും ഞാൻ ചോദിച്ചു. അപ്പോഴൊക്കെ അവർ പിന്നിലേക്ക് ഒതുങ്ങിയൊതുങ്ങിനിന്നു.

അവരെവിട്ട്, ഞാൻ നടക്കുന്ന വഴിയിലൂടെ മുൻപോട്ടുതന്നെ നടന്നു.

പിന്നെയും, എന്റെ പിറകെ ഒച്ചയുണ്ടാക്കാതെ മെല്ലെമെല്ലെ അവർ വരികയാണ് - എന്ന് സൂക്ഷിച്ചറിഞ്ഞു.

ഞാൻ വിചാരിക്കയാണ്: “അതാ വീണ്ടും ആ കിഴവി. എന്തിനായിട്ടാണവർ എന്നെ പിന്തുടരുന്നത്?” അപ്പോൾ എന്റെ മനസ്സുപറയുന്നതു കേട്ടു: ‘കണ്ണുകാണാൻ പറ്റാത്ത ഇവർക്ക് വഴിതെറ്റിപ്പോയതാകാം. എന്റെ ചുവടുവയ്പിന്റെ ഒച്ചയ്ക്കനുസരിച്ച് പിന്തുടർന്നാൽ ആൾപ്പാർപ്പുള്ള ഏതെങ്കിലും ഇടത്തിൽ എത്താം എന്നായിരിക്കാം ഇവരുടെ വിചാരം. ആലോചിച്ചു നോക്കിയാൽ അതു വാസ്തവമാകുന്നുമുണ്ട്.’

പിന്നെപ്പിന്നെ എന്തോ ഒരസ്വസ്ഥതയിൽ ഞെരുങ്ങിത്തുടങ്ങി, എന്റെ മനസ്സ്. എനിക്കു തോന്നിത്തുടങ്ങി: ഈ വൃദ്ധ എന്നെ പിന്തുടരുന്നതു സാരമില്ല. പക്ഷേ, അവരുടെ സാന്നിദ്ധ്യം എന്റെ ഗതിയെ എല്ലാത്തരത്തിലും നിയന്ത്രിക്കുകയാണല്ലോ. ഇടത്തോട്ടും വലത്തോട്ടുമുള്ള എന്റെ ഗതി അവരുടെ നിയന്ത്രണത്തിലാവുന്നല്ലോ. സ്വന്തം ശക്തി നഷ്ടപ്പെട്ട് ഈ കിഴവിയെ അനുസരിക്കുന്ന ഗതികേടിലായിപ്പോയല്ലോ!

ഞാൻ പോകുന്നത് മുമ്പോട്ടുതന്നെ, അത് തീർച്ചയാണ്. പക്ഷേ, ഹാ, കുറച്ചപ്പുറത്ത്, ഞാൻ പോകുന്ന പാതയിൽ തന്നെ തൊട്ടുമുൻപിൽ കറുത്തു വട്ടംവീശിക്കാണുന്നത് എന്താണ്?- ഒരു കുഴി! ‘ദൈവമേ, ശവക്കുഴിയോ?’ എന്റെ മനസ്സിൽ ഒരു മിന്നൽപ്പിണർ പിടഞ്ഞുപാഞ്ഞു: ‘ആ കുഴിയിലേക്കോ ആ കിഴവി എന്നെ കൊണ്ടുപോകുന്നത്?’

തിരിഞ്ഞുനോക്കി ഞാൻ അന്ധിച്ചുനിന്നു. എന്റെ മുഖത്തിനുനേരെ ആ കൂനിശ്ശരീരം- അയ്യോ, ഇവർക്കു കാണാനാകുന്നുണ്ടല്ലോ! ദ്വേഷാക്രാന്തമായ ആ വട്ടക്കണ്ണുകൾ എന്നെ തുറിച്ചുനോക്കുകയല്ലേ? കഴുകന്റെ കണ്ണുകൾ... ഞാൻ അവയിലേക്ക് ഉറ്റുനോക്കി. പാടപോലുള്ള തൊലി മൂടിയതുതന്നെ ആ കണ്ണുകൾ. മുമ്പു കണ്ട അതേമുഖം തന്നെ -വിരസം, അന്ധം.

‘ഹാ! എന്റെ വിധിയുടെ നേർരൂപമാണ് ഈ വയസ്സി. മനുഷ്യനെ അനാഥവും അരക്ഷിതവുമാക്കുന്ന വിധി!’

രക്ഷപ്പെടാൻ പറ്റില്ലെന്നോ, സാദ്ധ്യമല്ലെന്നോ- അങ്ങനെ കരുതുന്നത് ഭ്രാന്താണ്. സ്വയം ശ്രമിക്കണം, രക്ഷപ്പെടാൻ സാധിക്കും.

ഞാൻ മറ്റൊരു ദിശയിലേക്ക് നടന്നു, കഴിയുന്നത്ര വേഗതയിൽ. എന്നിട്ടും, ഒച്ചയുണ്ടാക്കാതെ മെല്ലെമെല്ലെ ചുവടുവെച്ച് എന്റെ പിറകേ... മുന്നിലോ ഇരുട്ടുനിറത്ത ആ ഗർത്തവും.

അപ്പോൾ ഞാൻ മറ്റൊരു ദിശയിലേക്കു തിരിഞ്ഞു... അപ്പോഴും നനുനനുഞ്ഞ ആ കാലടിയൊച്ചകൾ പിറകേ... തൊട്ടകലെ മുമ്പിൽ ആ കുഴിയും.

അങ്ങോട്ടിങ്ങോട്ടോടിനോക്കി, പല വഴികളിലൂടെ- വേട്ടക്കാരന്റെ മുമ്പിൽ മുയലിനെപ്പോലെ. എല്ലാം വിഫലം... എപ്പോഴുമൊരേവിധം. ഹാ, എന്തുചെയ്യേണ്ടൂ.

ഒടുവിൽ ധീരനായി തീരുമാനിച്ചു: “ആങ്ഹാ, ഞാൻ രണ്ടും കല്പി

ച്ചിരിക്കയാണ്, ഞാനൊന്നുനോക്കട്ടെ”-

ക്രൂരയായ ഈ തള്ളയെ ഞാനിനിയും കബളിപ്പിക്കും. ഇനി ഞാനെങ്ങും ഓടിപ്പോകില്ല. പൊടുന്നനെ ഞാൻ ആ പാതയോരത്തെ പുല്പരപ്പിൽ കുന്തിച്ചിരിപ്പായി.

തള്ള എന്റെ പിന്നിൽ രണ്ടുചോടകലത്തിൽ നില്ക്കുന്നുണ്ട്. ഒരനക്കവും ഇല്ലെങ്കിലും അവരുടെ സാന്നിദ്ധ്യം അവിടെയുണ്ടെന്ന് ഞാനറിയുന്നുണ്ട്. അയ്യോ, എത്ര പെട്ടെന്നാണ് ഞാൻ മുമ്പോട്ടുനോക്കിയത്. കണ്ടതോ? അകലെനിന്ന് തെളിഞ്ഞു കാണാതിരുന്ന ആ ഇരുൾക്കുഴി, ആ ഇരുൾപടലം നിലം തൊടാതെ ഇതാ കൺമുൻപിൽ! പതുക്കെപ്പതുക്കെ പറക്കുന്ന ഒരു പെരുമ്പാമ്പിനെപ്പോലെ... അത് എന്റെ അടുത്തേക്കു വരികയാണ്!

‘ഈശ്വരാ!’

അപ്പോൾ ഞാൻ പിറകിലേക്കുനോക്കി. നിഷ്കരുണം എന്റെ നേരേ നോക്കിനില്ക്കുകയാണ് ആ വൃദ്ധ, പല്ലില്ലാത്ത മോണകാട്ടി വളിച്ചൊരു ചിരിയോടെ, രക്ഷപ്പെടൽ അസാദ്ധ്യം!

എന്റെ ശ്വാനൻ

മുറിയിൽ ഞങ്ങൾ രണ്ടുപേർമാത്രം - എന്റെ നായയും ഞാനും. വെളിയിൽ കൊടുങ്കാറ്റ് ചീറിയലച്ചുകൊണ്ടിരിക്കുന്നു.

എന്റെ ശ്വാനൻ മുമ്പിൽ വന്നിരിപ്പായി. സൂക്ഷിച്ചു നോക്കുകയാണ്, എന്റെ മുഖത്തേക്കുതന്നെ.

ഞാനും അവനെത്തന്നെ ഉറ്റുനോക്കുകയാണ്.

അവന് എന്നോട് എന്തോ പറയാനുണ്ടെന്ന മട്ടിലാണ് ഇരിപ്പ്. മിണ്ടാപ്രാണിയാണല്ലോ, ഒന്നും പറയാനാവില്ലല്ലോ. എന്തെങ്കിലും മനസ്സിലാക്കാനുള്ള കഴിവും ഇല്ല. എന്നാൽ എന്നെ എന്തോ ധരിപ്പിക്കാനുള്ള അവന്റെ ശ്രമം എനിക്ക് ബോദ്ധ്യമാവുന്നുണ്ട്.

അവനിലും എന്നിലും ഒരേ ജീവൻ തുടിക്കുന്നു. ഉൾക്കാമ്പിന്റെ കാര്യം നോക്കിയാലും ഭേദമില്ല. ഒരേ പ്രകാശത്തിന്റെ സ്ഫുരണങ്ങൾ തന്നെ ഇരുവരിലും.

മൃത്യുവിന്റെ ചിറക് വീശിയാൽ മരവിച്ചുപോകും. എത്രയോ പരപ്പുള്ളതാണ് ആ ചിറക്. അതാ അത് ചിറകടിച്ച് താഴേക്കു വരികയാണ്.

പിന്നെ എല്ലാം തീരും.

ഞങ്ങളിലെ തീനാളം എന്തായിരുന്നുവെന്ന്.

അപ്പോൾ ആർക്കെങ്കിലും നിശ്ചയിക്കാനാകുമോ

ഒന്നുപറയാം, ഇപ്പോൾ മുഖാമുഖം നോക്കിനില്ക്കുന്നത് മനുഷ്യനും മൃഗവുമാണോ, അല്ല.

തുല്യാത്മാക്കളുടെ കണ്ണുകളാണവ. അന്യോന്യം തൊട്ടുരുമ്മിനില്ക്കുന്നവ. ഈ മൃഗത്തിലും ഞാനെന്ന മനുഷ്യനിലും, ഈ കണ്ണുകളോരോന്നിലും ഒരേ ജീവകണമാണ്. അത് മൃത്യുഭീതിയിൽ പരസ്പരം പുണർന്നുനില്ക്കയാണ്. വിപല്ക്കരമായ നിമിഷങ്ങൾ ഒരുമയുടെ തിരികൊളുത്തുന്നു.

മത്സരം

എനിക്കുണ്ടൊരു ചങ്ങാതി. അയാൾ എതിരാളി. ഞങ്ങൾ മത്സരത്തിലാണ്. പ്രേമം, ഉദ്യോഗകാര്യങ്ങൾ, ചെയ്യുന്ന തൊഴിലിന്റെ ഇനം ഇതിലൊന്നുമല്ല മത്സരം. എന്തൊന്നു പറഞ്ഞാലും ഞങ്ങൾ തമ്മിൽ എതിരഭിപ്രായക്കാരാവും. കാണുന്നതേ വാക്കുതർക്കത്തിനായിത്തീർന്നു.

ഞങ്ങൾ വാഗ്വാദത്തിലേർപ്പെടാത്ത വിഷയമില്ല. കല, സയൻസ്, ഭൂലോകജീവിതം, മരണാനന്തര ജീവിതം എല്ലാം സംസാരിച്ചിരുന്നു. പ്രത്യേകിച്ചും മരണാനന്തര ജീവിതത്തെപ്പറ്റിയായിരുന്നു തർക്കം.

വിശ്വാസിയും ഉത്സാഹിയുമാണയാൾ. ഒരുദിവസം അയാൾ പറയുകയാണ്:

"ഞാനെന്തു പറഞ്ഞാലും നിങ്ങൾ പരിഹസിക്കും. ഒരുപക്ഷേ, ഞാൻ നിങ്ങൾക്കു മുമ്പേ മരിച്ച് പരലോകത്തെത്തും. അപ്പോഴും ഞാൻ വരും നിങ്ങളെക്കാണാൻ. അന്നും നിങ്ങടെ ഈ പരിഹാസച്ചിരി കാണുമോ, അതൊന്നറിയണമല്ലോ."

അറം പറ്റിയപോലെയായി കാര്യം. അയാൾ എന്നേക്കാൾ മുമ്പേ മരിച്ചുപോയി; നന്നേ ചെറുപ്പമായിരുന്നു.

കാലങ്ങൾ കടന്നുപോയി. അപ്പോഴേക്കും ഞാൻ മറന്നുകഴിഞ്ഞിരുന്നു, അയാളുടെ ആ സന്ദർശനത്തിന്റെ ഭീഷണമായ വാഗ്ദാനം.

ഒരു രാത്രി ഉറങ്ങാൻ കിടന്നെങ്കിലും ഉറക്കം വന്നില്ല. ഉറങ്ങാനേ തോന്നിയില്ല.

മുറിയിൽ ഇരുട്ടും ഇല്ല വെളിച്ചവും ഇല്ല - അങ്ങനെയൊരു അസാധാരണ അവസ്ഥ. അവ്യക്തധൂസരമായ അവസ്ഥ നോക്കി ഞാൻ കിടന്നു.

പൊടുന്നനെ എനിക്കുണ്ടായ ഒരു തോന്നൽ- ഇരു ജനലുകളു

ടെയും നടുക്കായി അതാ നില്ക്കുന്നു എന്റെ സ്നേഹവിദ്വേഷക്കാരൻ ചങ്ങാതി. ഏറെ വിഷാദത്തോടെ, പതുക്കെപ്പതുക്കെ തന്റെ തല അയാൾ കീഴ്പോട്ടും മേലോട്ടും അനക്കിക്കൊണ്ടിരിക്കയാണ്.

ഒരു പേടിയുമെനിക്കുതോന്നിയില്ല. ആശ്ചര്യപ്പെട്ടതുമില്ല ഞാൻ. കിടക്കയിൽ കൈമുട്ടുകളൂന്നി ലേശംകൂടി ഞാൻ ഉയർന്ന് ഇരുന്നു. ആ അപ്രതീക്ഷിത സത്വത്തെ സസൂക്ഷ്മം നോക്കിക്കൊണ്ടേ ഇരുന്നു. ആ സ്വത്വമോ, തലയാട്ടിക്കൊണ്ടങ്ങനെ നില്പായി.

ഉടനെ ഞാനൊരു ചോദ്യം തൊടുത്തു: "ശരിശരി, നിങ്ങളിപ്പോൾ വിജയിച്ചുവോ? അതോ, ഉള്ളിൽ പശ്ചാത്താപം നിറഞ്ഞിരിക്കുന്നുവോ? എന്തുകണ്ടാണ് നിങ്ങൾ തലയാട്ടുന്നത്? എനിക്കിട്ടു മുന്നറിയിപ്പു തരികയാണോ? അതോ, എന്തെങ്കിലും കുറ്റാരോപണത്തിനായി വന്നതാണോ? നിങ്ങളുടെ മനോഭാവം തെറ്റായിപ്പോയെന്ന് എന്നെ ബോദ്ധ്യപ്പെടുത്താനുള്ള തിരക്കിലാണോ, താങ്കൾ? പോട്ടെ, നമുക്കിരുവർക്കും ഒരേപോലെ തെറ്റുപറ്റിയെന്നാണോ? ഇപ്പോഴത്തെ നിങ്ങളുടെ അനുഭവം എന്താണ്? നരകത്തിൽ ദുരിതം, പറുദീസയിൽ പരമാനന്ദം എന്നതോ ധാരണ? എന്തെങ്കിലുമൊന്നുരുവിടൂ."

ഒച്ചയും അനക്കവും തെല്ലുമില്ലാതെയാണ് എന്റെ എതിരാളിയുടെ നില്പ്.

മുൻപത്തെപോലെ അയാൾ കീഴ്പോട്ടും മുകളിലോട്ടും തലയാട്ടിക്കൊണ്ടുനില്പായി - കരുണ തോന്നിപ്പിക്കുന്ന ഒരു പരാജിതന്റെ ഭാവനോട്ടങ്ങളോടെ.

ഞാൻ പൊട്ടിച്ചിരിച്ചു - പിന്നെ അയാളെ കൺമുമ്പിൽ കാണാൻ കഴിഞ്ഞില്ല.

യാചകൻ

തെരുവിലൂടെ നടന്നുനീങ്ങുമ്പോൾ കൃപതേടി ഒരു യാചകൻ അടുത്തേക്കുവന്നു.

അയാൾ രണ്ടുകൈയും നീട്ടിനില്പായി. തുറുകണ്ണിന്റെ ഇമകൾ കൊഴിഞ്ഞിരിക്കുന്നു. കാഴ്ച മങ്ങിപ്പോയിരിക്കുന്നു. വിളർച്ച ബാധിച്ച ചുണ്ടുകൾ നീലിച്ചിരിക്കുന്നു. ഉടുമുണ്ട് കീറിപ്പറിഞ്ഞത്, ദേഹത്ത് പലേടത്തും പഴുത്തൊലിക്കുന്നു. അതെ ദാരിദ്ര്യം പാവത്തിനെ വികലമാക്കിയിരിക്കുന്നു!

നീരുകെട്ടി, അഴുക്കുപിടിച്ച കൈകൾ എന്റെ മുമ്പിൽ നീട്ടിനില്ക്കയാണ് അയാൾ. 'വല്ലതും തരണേ' എന്ന ഞരങ്ങിയ ഒച്ചമാത്രം കേൾക്കാം.

കോട്ടിന്റെ കീശയിൽ കൈയിട്ടു പരതി. എല്ലാ കീശകളും പരതിനോക്കി. പതിവായി വൈകുന്നേരം നടക്കാനിറങ്ങുമ്പോൾ ഞാനൊന്നും പോക്കറ്റിൽ കരുതാറില്ല. ഈ ദിവസവും പണമെടുത്തിട്ടില്ല. ഷർട്ടിന്റെ പോക്കറ്റിൽ പേനയോ കൈയിൽ വാച്ചോ ഇല്ല. തൂവാല പോലും എടുത്തിട്ടില്ല.

എന്റെ നേർക്കു നീട്ടിത്തളർന്ന കൈകൾ വിറച്ചുതുടങ്ങി.

എന്നിൽ ജാള്യവും സങ്കടവും നിറഞ്ഞു. ഗത്യന്തരം കാണാതെ വലഞ്ഞു. തെല്ലു ലജ്ജയോടെയാണെങ്കിലും ആ വിറയ്ക്കുന്ന കൈകളെ സ്നേഹവാത്സല്യത്തോടെ എന്റെ കൈകളിലാക്കി ഞാൻ പറഞ്ഞു: ക്ഷമിക്കൂ, സോദരാ. എന്നോടു കോപിക്കരുതേ. സത്യത്തിൽ എന്റെ കൈയിൽ ഒന്നും ഇല്ലാഞ്ഞിട്ടാണ്.

അതുകേട്ടപ്പോൾ അയാളുടെ മിഴികൾ പ്രകാശിച്ചു. ആ കരിവാളിച്ച

ചുണ്ടുകളിൽ ചിരിപരന്നു. എന്റെ കൈവിരലുകൾ പിടിച്ചമർത്തി അയാൾ സ്നേഹവായ്പോടെ പറഞ്ഞു:

"ഹോ, അതിനെന്താ? ഈ അവസ്ഥയിൽ ഈശ്വരാനുഗ്രഹമുണ്ടാവട്ടെ. അങ്ങയുടെ ഈ സ്നേഹവാക്കുകളും ഒരു മഹാ അനുഗ്രഹമാണല്ലോ."

അയാൾ എന്റെ സോദരനാണ്. അയാളിൽനിന്നും ഈ നിമിഷം എനിക്കൊരു വരദാനം, മഹാദാനം, നേടാനായിരിക്കുന്നു.

“നിങ്ങൾ കേൾക്കും വിഡ്ഢിയുടെ ന്യായവിധി...”

(**ഈ** ഉദ്ധരണി 1830 ജൂലൈ ഒന്നാം തീയതി പുഷ്കിൻ എഴുതിയ ‘കവിക്ക്’ എന്ന കവിതയിൽനിന്ന്).

‘നിങ്ങൾ കേൾക്കും വിഡ്ഢിയുടെ ന്യായവിധി...’

ഞങ്ങളുടെ മഹാഗായകാ അങ്ങ് എപ്പോഴും സത്യം ഉരുവിട്ടു. ഇത്തവണയും അങ്ങനെത്തന്നെ.

‘വിഡ്ഢിയുടെ ന്യായവിധി, പിന്നെ ആൾക്കൂട്ടത്തിന്റെ പൊട്ടിച്ചിരിയും...’ ഇതു രണ്ടും അറിയാത്തതായി ആരെങ്കിലുമുണ്ടോ?

ഒരുവന്, ഒരുവൾക്ക് ഇതൊക്കെ സഹിക്കാം. സഹിച്ചേ പറ്റൂ. മനശ്ശക്തിയുള്ളവർ പുച്ഛിച്ചുതള്ളട്ടെ!

എന്നാൽ ഇതിലും കാഠിന്യത്തോടെ മനസ്സിൽ തുളച്ചുകയറുന്ന പീഡനങ്ങൾ വേറെ ചിലതുണ്ട്. ഒരാൾ തന്നാലാവുന്നതൊക്കെ ചെയ്തു - വിശ്വസ്തനായി, സ്നേഹമനസ്കനായി, കഠിനാദ്ധ്വാനിയായി... പക്ഷേ, സത്യസന്ധരായവർ വെറുപ്പോടെ അവന്റെ മുമ്പിൽ മുഖംതിരിക്കുന്നു. ആ വ്യക്തിയുടെ പേരുകേട്ടാൽ മതി ആ സത്യവാന്മാരുടെ മുഖം രോഷംകൊണ്ടു കലങ്ങിമറിയുവാൻ.

അവർ പറയുകയാണ്:

“നീയും നിന്റെ രചനകളും! നീ വന്നതോടെ ഞങ്ങളുടെ വീടാകെ കാലുഷ്യം നിറഞ്ഞു കവിയുകയാണ്. നിനക്കറിയാമോ ഈ ഞങ്ങളെ, മനസ്സിലാക്കിയിട്ടുണ്ടോ ഞങ്ങളെ... നീ ഞങ്ങളുടെ എതിരാളിയാണ്.”

ഇതാണ് അയാൾക്കുള്ള പ്രതിഫലമെങ്കിൽ ഇനി എന്തു ചെയ്യാനുണ്ട്? ജോലി തുടരണോ? തന്നെ ന്യായീകരിക്കാൻ ശ്രമം നടത്തണോ? വരുംകാലങ്ങളിൽ എപ്പോഴെങ്കിലും നീതിപൂർവ്വമായ ഒരു വിധിയുണ്ടാവുമെന്ന് പ്രതീക്ഷിച്ച് തുടരേണമോ?

ഒരു കഥ ഓർക്കുകയാണ്:

പണ്ടെന്നോ ഈ നാട്ടിലേക്ക് ആദ്യമായി ഉരുളക്കിഴങ്ങുമായി ഒരു വഴിയാത്രക്കാരൻ വന്നു. കർഷകർ അതു സ്വീകരിക്കാതെ അയാളെ ശപിക്കുകയാണുണ്ടായത്. ഉരുളക്കിഴങ്ങു നീട്ടിനില്ക്കുകയായിരുന്നു അവൻ. കൈയിൽനിന്ന് അതു തട്ടിവീഴ്ത്തി ചവിട്ടിയരച്ചു, ആ കർഷകർ.

ഗോതമ്പുകിട്ടാനില്ലാത്ത ഈ കാലത്ത് കൊടുംപട്ടിണിയിൽനിന്ന് ആ കർഷകജനത്തെ രക്ഷിക്കുന്നത് എന്താണെന്ന് പറയാമോ - അന്നു തട്ടിപ്പറിച്ചു ചവിട്ടിയരച്ചുകളഞ്ഞ ഉരുളക്കിഴങ്ങ്!

വിശന്ന് ആർത്തിയോടെ ഉരുളക്കിഴങ്ങു തിന്നുന്ന അവർ അത് ഇവിടേക്കെത്തിച്ച ആളിന്റെ രൂപമോ പേരോ ഓർക്കുന്നില്ല!

എന്തുമാകട്ടെ, എന്തിനാണ് അവർക്ക് അയാളുടെ പേര്? വിശപ്പിൽനിന്നുള്ള മോചനത്തിന് ഒരു രക്ഷകൻ അവർക്കായി എത്തിയല്ലോ.

നമ്മൾ കൊണ്ടുവരുന്ന ധാന്യമോ കിഴങ്ങോ മറ്റു ഭക്ഷണസാധനങ്ങളോ ശരിയായതാവണം. അതിനൊരു നിഷ്കർഷയുണ്ടായാൽ മതിയാവും.

കടുകയ്പുള്ള നിന്ദ നാം അർഹിക്കാത്തതായിരിക്കാം. അതും പ്രവഹിക്കുന്നത് നമ്മൾ സ്നേഹിക്കുന്ന ചുണ്ടുകളിൽ നിന്നാണെങ്കിലോ? - സഹിക്കാം, അതും സഹിക്കുകതന്നെ.

മറ്റൊരു കഥ ഓർക്കുന്നു.

'എന്നെ എത്രവേണമെങ്കിലും അടിച്ചോളൂ. പക്ഷേ, ഞാൻ പറയുന്നതൊന്നു ദയവായി കേൾക്കൂ' - പണ്ടൊരു ഗ്രീക്ക് നേതാവ് സ്പാർട്ടക്കാരനോട് പറഞ്ഞത്രെ.

ഇവിടെ ഇപ്പോൾ എന്താണ് പറയേണ്ടത് - "എന്നെ എത്രവേണമെങ്കിലും അടിച്ചോളൂ. പക്ഷേ, ദയവായി കേൾക്കുക: നല്ല ഭക്ഷണം കഴിച്ച് ആരോഗ്യത്തോടെ കഴിയുക."

ഒരു സംതൃപ്തൻ

തത്തിത്തത്തിവരുന്നൂ നഗരത്തിലൂടെയൊരു യുവാവ്. അയാൾ വല്ലാതെ സന്തോഷിക്കുന്നുണ്ട്. എന്തൊരുന്മേഷത്തോടെയാണ് ആ വരവ്! എന്തൊരു തിളക്കം ആ കണ്ണുകൾക്ക്! ആനന്ദത്തിന്റെ തിരയടികൾ!

ഇങ്ങനെ, സന്തോഷിക്കാനെന്തുനിമിത്തം? ലോട്ടറിയടിച്ചുവോ? പ്രൊമോഷൻ കിട്ടിയോ? അതോ, കാമുകിയെ കാണാനുള്ള വരവാണോ? വിഭവസമൃദ്ധമായ ഭക്ഷണംകഴിച്ചതിന്റെ ആഹ്ലാദമാണോ? വല്ല ആദരവും നേടിയോ? രാഷ്ട്രത്തിന്റെ ബഹുമതിമുദ്ര നേടിയോ? ഒരുപക്ഷേ, സ്റ്റാനിസ്ലാസിന്റെ എട്ടുമുഖമുള്ള കുരിശുമുദ്രയ്ക്കർഹനായോ? (പോളണ്ടിലാണ് ഈ ആദരമുദ്ര ആദ്യം ഉണ്ടായത്. റഷ്യയിൽ ഇതിന് ഏറ്റവും കുറഞ്ഞ മൂല്യമേ ഉള്ളൂ. സ്ഥാനമാനങ്ങൾക്കുവേണ്ടി ഉഴലുന്നവർ ആദ്യം നേടേണ്ടത് ഇതത്രെ).

സത്യത്തിൽ ഇതൊന്നുമല്ല അയാളുടെ ആനന്ദത്തിനു കാരണം.

ആത്മാർത്ഥമിത്രത്തിനെതിരായി അയാൾ ഒരു വ്യാജകഥ മെനഞ്ഞെടുത്ത് പറഞ്ഞുനടന്നിരുന്നു. വളരെ മുൻപാണത്. അയാൾ അത് മറന്നേ പോയിരുന്നു. എന്നാൽ ഇപ്പോൾ ആ കള്ളക്കഥ മറ്റൊരാളുടെ വായിൽനിന്ന് കേൾക്കുവാനിടയായിരിക്കുന്നു. അതോടെ അയാൾ ആ കഥ സത്യമെന്നു തന്നെ വിശ്വസിച്ചുപോയിരിക്കുന്നു.

ആഹാ, എന്തൊരാനന്ദം ഇതുകേൾക്കുമ്പോൾ! എങ്ങനെ പ്രസരിപ്പുണ്ടാവാതിരിക്കും? അതിസമർത്ഥനായ ഇയാൾ എന്തൊരു ഉദാരമനസ്കൻ!

ഒരു കുരുട്ടുബുദ്ധിക്കാരൻ

ഒരു കുസൃതിക്കാരൻ പറഞ്ഞു: "എതിരാളിയെ അയാളുടെ ക്ഷമ കെടും വിധം അസഹ്യപ്പെടുത്താനും ഉപദ്രവിക്കാനും തോന്നുന്നുണ്ടോ? എങ്കിലൊരു കാര്യം ചെയ്താൽ മതി: നിങ്ങൾക്കുമുണ്ടാകുമല്ലോ വലിയ തോതിലുള്ള ദോഷങ്ങളും കുറവുകളും. അവയിൽ കടുത്ത ഒന്ന് ആ എതിരാളിക്കുണ്ടെന്ന് വരുത്തിത്തീർക്കുക. അതിന് നിങ്ങൾ കഠിനമായി കോപപ്രകടനം നടത്തണം. പിന്നെ ഉദ്ദിഷ്ടമായ കുറ്റമോ കുറവോ അയാളിൽ ആരോപിക്കുക.

അതോടെ അത്തരം ദുർഗ്ഗുണക്കാരനല്ല നിങ്ങൾ എന്ന് മറ്റുള്ളവർ വിചാരിച്ചുതുടങ്ങും.

അതോടെ, നിങ്ങൾ ക്ഷോഭിക്കുന്നത് ശരിക്കും ഉള്ളിൽത്തട്ടിയാണെന്നുവന്നേക്കും. മനഃസാക്ഷിക്കുത്തു കൊണ്ടാണങ്ങനെ തിരിച്ചടിയുണ്ടാവുന്നത്. അങ്ങനെയെങ്കിൽ, നിങ്ങൾക്കതുകൊണ്ട് നേട്ടമല്ലേ ഉണ്ടാവൂ.

ഒരുപക്ഷേ, നിങ്ങൾ ഒരു അവസരവാദിയാവാം. എങ്കിൽ നിങ്ങൾ ചെയ്യേണ്ടത് ഇതാണ് - അയാളെ തെല്ലും മനഃസാക്ഷിയില്ലാത്തവനെന്ന് ആക്ഷേപിക്കണം.

ഒരുപക്ഷേ, നിങ്ങൾ നട്ടെല്ലില്ലാത്തവനായിരിക്കാം. എങ്കിൽ നിങ്ങൾ ചെയ്യേണ്ടത് ഇതാണ് - അയാളെ ദാസ്യവൃത്തിക്കാരനെന്ന് കുറ്റപ്പെടുത്തണം. സംസ്കാരദാസൻ, യൂറോപ്പിന്റെ അടിമ, സോഷ്യലിസത്തിന്റെ വിടുപണിക്കാരൻ എന്നൊക്കെ വിളിക്കണം."

ഇതൊക്കെ കേട്ട് ഞാനൊരു നിർദ്ദേശം ഇട്ടുകൊടുത്തു: "അയാളെ അടിമത്തവിരോധത്തിന്റെ അടിമ എന്നു പറയാം."

"ശരിയാ. അതും പറയാമല്ലോ"-

കുരുട്ടുബുദ്ധിക്കാരനായ ആ സൂത്രശാലിയുടെ പ്രതികരണം അതായിരുന്നു.

ലോകത്തിന്റെ അന്ത്യം
(ഒരു സ്വപ്നം)

റഷ്യൻ വിജനപ്രദേശങ്ങളിലെ ഏതോ ഒരിടത്തുള്ള നാടൻപുരയ്ക്കുള്ളിലാണ് ഞാൻ പാർക്കുന്നതെന്ന് എനിക്കുതോന്നി.

വലിയൊരു മുറി. തട്ടുയരം കുറവാണ്. മൂന്നു ജനലുകൾ. വെള്ളപൂശിയ ഭിത്തികൾ, ആ വീടിന്റെ മുൻഭാഗത്ത് കീഴോട്ടു ചെരിഞ്ഞ് തരിശായ ഒരു സമതലം. അകലേക്കകലേക്കു അതു വ്യാപിച്ചു കിടക്കുന്നു. അതിന്റെ മീതെ കട്ടിലിന്റെ മേക്കട്ടിപോലെ ഏകതാനമായ ചാരനിറം പൂണ്ട ആകാശം.

ഞാൻ ഒറ്റയ്ക്കല്ല. പത്തോളം പേർ വേറെയുമുണ്ട്. ലളിതവേഷക്കാർ, നാടൻ മനുഷ്യർ. ആരിൽ നിന്നോ ഒളിക്കുന്നതുപോലെ മൂകരായി അവർ അങ്ങോട്ടിങ്ങോട്ട് ഉഴന്നുകൊണ്ടിരിക്കുന്നു. ഓരോരുത്തരും അപരനെ ഒഴിവാക്കുന്നു. എന്നാൽ സദാ ഒരേ ആശങ്കയോടെ അവർ അന്യോന്യം സൂക്ഷിച്ചുനോക്കുകയും ചെയ്യുന്നുണ്ട്.

ഈ വീട്ടിൽ വന്നതെന്തിനെന്ന് ആർക്കും അറിയില്ല. കൂടെയുള്ളവരെക്കുറിച്ചും അറിയില്ല. എന്തോ ഒരു അസ്കൃത, നിരാലംബത എല്ലാ മുഖത്തും നിഴലിക്കുന്നുണ്ട്. ഓരോ ആളും ഊഴംവെച്ചൂഴംവെച്ചെന്നമട്ടിൽ ജനലുകൾക്കടുത്തുചെല്ലും, പുറത്തേക്കു നോക്കിനില്ക്കും. അവിടെ നിന്ന് എന്തോ വരാനുണ്ടെന്ന് പ്രതീക്ഷിക്കുന്നതുപോലെയാണ് അത്. നോക്കിനില്ക്കൽ കഴിഞ്ഞാൽ വീണ്ടും അങ്ങോട്ടിങ്ങോട്ടായുള്ള മൂകമായ ഉലാത്തൽ തുടരുകയും ചെയ്യും.

ഞങ്ങളുടെ കൂട്ടത്തിലുണ്ട് ഒരു ചെറുബാലൻ. ഇടയ്ക്കിടയ്ക്ക് അവൻ വിതുമ്പിക്കരയുന്നുണ്ട്: “അച്ഛാ, എനിക്കു പേടിയാവുന്നേ” എന്ന് ഇടറി പറഞ്ഞുകൊണ്ടിരിക്കുന്നു.

ആ സങ്കടം കണ്ടെന്റെ ഹൃദയം ഉലയും. എനിക്കും പേടിയാവുന്നു.

എന്തിനെ പേടിക്കുന്നു, അതെനിക്കും അറിയില്ല, പക്ഷേ, ഒന്നു തോന്നുന്നുണ്ട് - ഏതോ ഒരു വിപത്ത് ആസന്നമായിരിക്കുന്നു!

ആ ബാലൻ വിതുമ്പി വിലപിച്ചുകൊണ്ടേയിരിക്കുന്നു. ഹാ, ഇവിടെ നിന്നൊന്നു രക്ഷപ്പെടാൻ കഴിഞ്ഞെങ്കിൽ! ഹൃദയം വീർപ്പുമുട്ടുന്നു, വിങ്ങിപ്പൊട്ടുന്നു. എന്തൊരു മന്ദത! തലയാകെ എന്തോ കനംകൊണ്ടു തൂങ്ങിപ്പോകുന്നു... പക്ഷേ, രക്ഷപ്പെടൽ അസാദ്ധ്യം!

ഒരു ചരമാവരണം പോലെ, ആകാശം. ഇവിടെ ലേശം പോലും കാറ്റുവീശുന്നില്ല, വായുമണ്ഡലം സ്തംഭിച്ചുപോയോ?

അപ്പോൾ ആ ചെറുബാലൻ ജനലരികിലേക്ക് ഓടിവന്ന് പുറത്തേക്കെത്തി നോക്കി, ദീനമായി കണ്ഠമിടറിക്കൊണ്ടു പറഞ്ഞു. "നോക്കിൻ, നോക്കിൻ, അതാ അങ്ങകലെ ഭൂമി വീണുപോയിരിക്കുന്നു."

"എങ്ങനെയെന്നാ പറഞ്ഞേ? ഭൂമി വീണുപോയെന്നോ?"

"അതെ. ഈ വീടിന്റെ മുൻഭാഗത്ത് വിശാലമായൊരു സമതലമുണ്ടായിരുന്നല്ലോ. ഇപ്പോഴത് എവിടെ?- അത്ഭുതകരവും ഭയങ്കരവുമായ ഒരു കിഴുക്കാം തൂക്കിൽ അതാ നില്ക്കുന്നു. സങ്കോചിച്ച് സങ്കോചിച്ച് ചക്രവാളം കീഴോട്ടു വന്നിരിക്കുന്നു. ജനൽപ്പടി മുതൽക്കേ ഇതാ ഭൂമി തുരന്നെടുത്തതുപോലെ അത്യഗാധമായ ഒരു ഗർത്തം രൂപപ്പെട്ടിരിക്കുന്നു."

പൊടുന്നനെ എല്ലാവരും ജനലിന്നടുത്തേക്കോടി. അയ്യോ, ഞങ്ങളുടെ ഹൃദയമാകെ മരവിച്ചുപോയിരിക്കുന്നു. 'അതെത്തിക്കഴിഞ്ഞു, അതെത്തിക്കഴിഞ്ഞു!'- എന്റെയടുത്തുനില്ക്കുന്നവൻ പിറുപിറുത്തു.

നോക്കൂ, ഭൂമിയുടെ കാണായ സീമകളിൽനിന്നെല്ലാം എന്തോ ഒന്ന് ചലിച്ചുകൊണ്ടിരിക്കുന്നു, ഒട്ടേറെ ചെറുകുന്നുകൾ പോലെ. നിരന്തരം പൊങ്ങുന്നു, താഴുന്നു.

"അതു കടലാണ്." ഒന്നിച്ചാണ് ഈ വിചാരം ഞങ്ങളിലുണ്ടായത്. "ഞൊടിയിടകൊണ്ട് എല്ലാം വിഴുങ്ങുന്ന കടൽ! പക്ഷേ, കിഴുക്കാം തൂക്കായി ഈ കേറ്റത്തിലേക്ക്, ഉച്ചിയിലേക്ക് പൊന്തിവരാൻ കടലിനെങ്ങനെ സാധിക്കും?"

എങ്കിലും അതു വളരുകയാണ്, പേടിപ്പെടുത്തി പെരുകുകയാണ്. ഇപ്പോൾ നോക്കൂ, പൊങ്ങിത്താഴുന്ന ആ ചെറുകുന്നുകളേ കാണാനില്ല... അവയുടെ സ്ഥാനത്ത് കാണുന്നതോ? ചക്രവാളവൃത്തം സർവ്വം ഗ്രസിച്ച് വ്യാപിക്കുന്ന ഒരേയൊരു ഭീകരത്തിരമാല മാത്രം; ഞങ്ങൾ നിന്നു നോക്കുന്ന ഈ വീടിനേക്കാൾ പൊക്കത്തിലാഞ്ഞടിക്കുന്ന ഒരേയൊരു ഭീകരത്തിരമാല മാത്രം.

ഞങ്ങളെ റാഞ്ചിപ്പിടിക്കാനായിരിക്കാം ആ തിരമാല താഴേയ്ക്കു കുതിച്ചിരിക്കുന്നു. മരവിപ്പിച്ച് ഉയിർകെടുത്തുന്നത്രയും ശൈത്യം നിറഞ്ഞ ഒരു പ്രചണ്ഡവാതമായി അത് നരകാന്ധകാരത്തിലൂടെ ചീറിയടുക്കുന്നു. ചരാചരങ്ങളെല്ലാം വിറയ്ക്കുകയാണ്. മേഘ സ്ഫോടനം തുടരുകയാണ്. എല്ലാമെല്ലാം പൊടിഞ്ഞരഞ്ഞ് ഇല്ലാതാവുകയാണ്. മേഘഗർജ്ജനങ്ങൾക്കും സംഹാരഘോഷങ്ങൾക്കും ഇടയിൽ ഉയർന്ന

ലയ്ക്കുന്നൂ, സകലജീവജാലങ്ങളുടെയും ദീനവിലാപങ്ങൾ. ഭീതിയാൽ ഭൂമിതന്നെയും വിതുമ്പിക്കരയുന്നപോലെ... ഭൂമിയുടെ അന്ത്യം എല്ലാറ്റിന്റെയും അന്ത്യം!

ആ കൊച്ചുബാലൻ ഒരുവട്ടം കൂടി കെന്തികെന്തി കരഞ്ഞു... അടുത്തു നിന്നവരെ എത്തിപ്പിടിക്കാൻ ഞാൻ ആഞ്ഞുവെങ്കിലും അപ്പോഴേക്കും അതാ സിരകൾ മരവിപ്പിക്കുന്ന ശൈത്യത്തോടെ, കഠിനഗർജ്ജനങ്ങളോടെ കുതിച്ചെത്തിയ ഭീമാകാരമായ ആ തിരയിൽ കുരുങ്ങി ഞങ്ങളെല്ലാം അകലേക്കകലേക്കു മറിഞ്ഞു മറിഞ്ഞ് അകന്നു കഴിഞ്ഞിരുന്നു.

അന്ധകാരം. അനന്തമായ അപ്രതിരോധ്യമായ അന്ധകാരം...!

- വീർപ്പുമുട്ടി, കിതച്ച്, ഞാൻ സ്വപ്നത്തിൽ നിന്നുണർന്നു.

മാഷ

കുറേ വർഷങ്ങൾക്കു മുൻപ് എന്റെ താമസം പീറ്റേഴ്സ് ബർഗിലായിരുന്നു. സ്ലെഡ്ജിൽ യാത്രക്കാരനാവുമ്പോഴൊക്കെ വണ്ടിക്കാരനുമായി എന്തെങ്കിലും സംസാരിച്ചിരിക്കാൻ എനിക്ക് ഇഷ്ടമാണ്, രാത്രിയിലാണ് യാത്രയെങ്കിൽ പ്രത്യേകിച്ചും. പട്ടണപ്രാന്തങ്ങളിൽനിന്ന് പാവപ്പെട്ട കർഷകർ അവരുടെ വണ്ടിയുമായി വരും. വണ്ടിക്കുതിരകൾക്ക് വേണ്ടത്ര ആരോഗ്യമില്ല. ഭക്ഷണച്ചെലവും വണ്ടിവാടകയും തരപ്പെടുമെന്ന് മോഹിച്ചാണ് നാട്ടിൻപുറത്തുനിന്ന് അവർ വരുന്നത്.

ഒരുദിവസം അത്തരമൊരാളെ ഏർപ്പാടാക്കി. അയാൾക്ക് ഇരുപതു വയസ്സായിട്ടുണ്ടാവണം. എകരവും കരുത്തുമുള്ള യുവാവ്. നീലക്കണ്ണുകളുള്ളവൻ, ചുകന്ന കവിളുള്ളവൻ. കാണാൻ കൗതുകമുണ്ട്. കണ്ണുമറയും വിധത്തിലാണ് അയാൾ തൊപ്പി വെച്ചിരിക്കുന്നത്. തൊപ്പിയുടെ കീഴെ വീണുകിടപ്പുണ്ട് സുന്ദരമായ മുടിച്ചുരുളുകൾ. കുപ്പായം കീറിയതാണ്. ആ നീണ്ടുവിരിഞ്ഞ കൈത്തണ്ടുകൾക്കുമീതെ അതെങ്ങനെയാണ് വാരിവലിച്ചിട്ടതെന്ന് ഞാൻ ആശ്ചര്യപ്പെട്ടു.

അയാൾ സുന്ദരൻ. പക്ഷേ, ആ സുന്ദരമുഖം മങ്ങിയിരിക്കുന്നു, അതിൽ വായിക്കാം അവന്റെ ജീവിതക്ലേശങ്ങൾ.

“സഹോദരാ, എന്തുപറ്റി? ഒരു സന്തോഷവും നിന്റെ മുഖത്തു കാണാനില്ലല്ലോ. എന്താ, കാരണം വല്ലതുമുണ്ടോ?”

അല്പനേരം അവനൊന്നും മിണ്ടിയില്ല. “കാരണമുണ്ട് സാർ, എനിക്കാകെക്കൂടി എന്തോ ഒരു കുഴപ്പമുണ്ട്. അതിലും വലിയ ഒരാപത്തും സംഭവിച്ചു. - എന്റെ ഭാര്യ മരിച്ചു...”

“നീ അവളെ, നിന്റെ ഭാര്യയെ, അത്രമേൽ സ്നേഹിച്ചിരുന്നുവല്ലേ?”

അയാൾ വണ്ടി ഓടിച്ചുകൊണ്ടേയിരുന്നു. എന്റെ വാക്കുകൾ

കേട്ടിട്ടും തിരിഞ്ഞുനോക്കിയില്ല. അല്പംകൂടി മുന്നിലേക്ക് ആഞ്ഞതേയുള്ളൂ.

"ഞാൻ അവളെ അത്രമേൽ സ്നേഹിച്ചിരുന്നു സാർ. അവൾ പൊയ്പോയിട്ട് എട്ടുമാസമായിരിക്കുന്നു. എനിക്ക് മറക്കാനാവില്ല. എന്റെ ഹൃദയം കൊത്തിനുറുക്കുകയാണ് എന്നെ. ആ മരണം എങ്ങനെ, എന്തിന്, അറിഞ്ഞുകൂടാ. ഒരു ചെറുപെൺകിടാവ്, ചൊറുചൊറുക്കുള്ള യുവതി, ആരോഗ്യവതി, ഒറ്റദിവസംകൊണ്ടാണ് സാർ അവളെ കോളറ കൊത്തിക്കൊണ്ടുപോയത്."

"നീ അത്രമേൽ സ്നേഹിക്കണമെങ്കിൽ അവളത്രമേൽ നല്ലവളായിരിക്കണമല്ലോ?" അയാൾ "ഹാ!" എന്നുരുവിട്ടു, നീണ്ട നെടുവീർപ്പോടെ. "ഞങ്ങളിരുവരും ഒന്നിച്ചുജീവിച്ച കാലങ്ങളത്രയും എന്തൊരാനന്ദമായിരുന്നു! അവൾ മരിച്ചതോ, ഞാൻ ഇല്ലാത്ത സമയത്തും! സ്ലെഡ്ജുമായി ഇവിടെ മോസ്കോ നഗരത്തിലായിരുന്നു പണി. വിവരം അറിഞ്ഞുചെന്നപ്പോഴേക്കും വൈകിപ്പോയി, അപ്പോഴേക്കും അവർ അവളെ മറവുചെയ്തു കഴിഞ്ഞിരുന്നു. സാറേ, വല്ലതും മനസ്സിലാകുന്നോ?- പിന്നെ ഞാൻ പൊടുന്നനെ എന്റെ ഗ്രാമവീട്ടിലേക്കാണ് കുതിച്ചുചെന്നത്. അപ്പോൾ അർദ്ധരാത്രി കഴിഞ്ഞിരുന്നു. ഞാൻ കുടിലിന്നകത്തേക്ക് പാഞ്ഞുചെന്ന് കിടപ്പുമുറിയുടെ നടുക്കു നില്പായി. ഞാൻ പതുക്കനെ വിളിച്ചുനോക്കി: 'മാഷാ, ഓ, മാഷാ!'

ചീവിടുകളുടെ ചിലയ്ക്കൽ മാത്രമായിരുന്നു മറുപടി. എനിക്ക് കരച്ചിലടക്കാൻ കഴിഞ്ഞില്ല. ഒടുവിൽ, കുടിലിന്റെ നിലത്ത് മുഷ്ടി ചുരുട്ടി ഇടിച്ചുകൊണ്ട് ചോദിക്കാതിരിക്കാൻ കഴിഞ്ഞില്ല: 'ഓ, അത്യാർത്തി പിടിച്ച മണ്ണേ, നീ എന്റെ സഖിയെ വിഴുങ്ങിക്കളഞ്ഞല്ലോ... ഇനി ഇതാ വിഴുങ്ങ് എന്നെക്കൂടി... ഓ , മാഷാ, എന്റെ മാഷാ!'

'മാഷാ...' വണ്ടിയോടിച്ചുകൊണ്ട് കിതയ്ക്കുന്ന സ്വരത്തിൽ അവൻ വിളിച്ചു. കുതിരയുടെ കടിഞ്ഞാൺ കൈവിടാതെ തന്നെ അവൻ നിലവിളിച്ചു. കുപ്പായത്തുമ്പുകൊണ്ട് കണ്ണീർ തുടയ്ക്കുന്നതു ഞാൻ കണ്ടു. സങ്കടം കുടഞ്ഞുകളയാനെന്നമട്ടിൽ കുപ്പായത്തുമ്പുകുടഞ്ഞ്, തോളൊന്നു കുലുക്കി, അയാൾ സവാരി തുടർന്നു. പിന്നെ അയാളൊന്നും സംസാരിച്ചില്ല.

എന്നെ എത്തേണ്ടിടത്തെത്തിച്ചു. ഞാൻ വണ്ടിയിൽ നിന്നിറങ്ങി. കൂലിമാത്രമല്ല കുറച്ചു ചെമ്പുനാണയങ്ങൾകൂടി അയാൾക്കുകൊടുത്തു. അപ്പോൾ തലകുനിച്ച്, രണ്ടുകൈയിലും തൊപ്പികൂട്ടിപ്പിടിച്ച്, അയാൾ നന്ദി പ്രകടിപ്പിച്ചു.

തെരുവിലെ മഞ്ഞുകട്ടകളുടെ നിരപ്പിലൂടെ സ്ലെഡ്ജ് ഓടിച്ച് അയാൾ മടങ്ങിപ്പോവുന്നതും നോക്കി ഞാൻ നിന്നു.

ഇത് ജനുവരിമാസം. പതിവുപോലെ എങ്ങും ചാരനിറമാർന്ന മൂടൽമഞ്ഞ് പടരുന്നു.

വിഡ്ഢി

വണ്ട് ഒരിടത്ത് ഉണ്ടായിരുന്നു ഒരു വിഡ്ഢി.

ഏറെക്കാലം ശാന്തനായിരുന്നു തൃപ്തനായിരുന്നു. പിന്നെപ്പിന്നെ അവനിൽ ഒരു ധാരണ കടന്നുകൂടി - സർവ്വരും ഒരു വിഡ്ഢിയായിട്ടാണല്ലോ തന്നെ കല്പിക്കുന്നത്!

അതു മനസ്സിലാക്കിയ അവൻ അന്ധാളിപ്പിലായി. കേൾക്കാൻ സുഖമുള്ള കാര്യമല്ലല്ലോ ഇത്. അതിൽനിന്ന് എങ്ങനെ കരകയറാം, എന്തൊക്കെ വഴികളുണ്ടതിന്? - അവൻ ആലോചനയിലാണ്ടു.

ഒടുവിൽ അവനിൽ ഒരു വിചാരം എവിടുന്നോ ഓടിക്കേറി, കറുത്തുപോയിരുന്ന ബുദ്ധിയെ പ്രകാശിപ്പിച്ചു. ഇനി താമസിയാതെ, ആ ഉപായം നടപ്പിലാക്കുകതന്നെ. അവൻ നിശ്ചയിച്ചു.

ഒരുദിവസം വിഡ്ഢി ഒരു ചങ്ങാതിയെ കണ്ടുമുട്ടി. പറഞ്ഞുനില്ക്കുന്നതിനിടയിൽ ആ ചങ്ങാതി പ്രശസ്തനായ ഒരു കവിയെ പുകഴ്ത്തിപ്പറയുന്നതു കേട്ടു.

അപ്പോൾ വിഡ്ഢി തന്റെ തലയിൽ കൈവെച്ചുകൊണ്ട് പറഞ്ഞു: 'എന്റീശ്വരാ, ആ കവിയുടെ സൃഷ്ടികൾ പഴഞ്ചനായിപ്പോയിട്ട് ഒരുതലമുറ കഴിഞ്ഞിരിക്കുന്നല്ലോ... നിങ്ങൾക്കിപ്പോഴും അതറിയാൻ പറ്റിയില്ലേ? സഹൃദയനായ നിങ്ങൾക്ക് ഇന്നത്തെ സാഹിത്യനിരൂപണത്തെപ്പറ്റി ധാരണയുണ്ടാവുമെന്നാണ് ഞാൻ കരുതിയത്. 'ഒരു മഹാകപിപോലും! ഒരു മഹാകപിപോലും...!'*

അതുകേട്ട് ചങ്ങാതി തരിച്ചുനിന്നു. പിന്നെ വിഡ്ഢിവാക്യത്തിനോടുയോജിപ്പു പ്രകടിപ്പിക്കുകയും ചെയ്തു. പിന്നീടൊരിക്കൽ ഒരു പുസ്തകമെടുത്തുവെച്ച് മറ്റൊരു ചങ്ങാതി വിഡ്ഢിയോടു പറഞ്ഞു: "എത്ര

---

* വൈലോപ്പിള്ളി : കുടിയൊഴിക്കൽ

മഹത്തായ ഗ്രന്ഥം!"

വിഡ്ഢി പ്രതികരിച്ചു: "സത്യം തുറന്നുപറയ്. എന്തൊരു പറച്ചില്, നാണമില്ലല്ലോ. ഒരു വകയ്ക്കും കൊള്ളില്ല ഈ ഗ്രന്ഥം. അതിന്റെ രഹസ്യമൊക്കെ എന്നേ അങ്ങാടിയിൽ പാട്ടായതാണ്. അതിന്റെ പൂച്ച് നിങ്ങളറിഞ്ഞില്ലേ? എനിക്കുതോന്നുന്നു ഈ യുഗത്തിലൊന്നുമല്ല നിങ്ങൾ ജീവിക്കുന്നത്."

അതുകേട്ടപാടെ ആ ചങ്ങാതിയും അന്ധാളിച്ചുപോയി. പിന്നെ താമസിച്ചില്ല, വിഡ്ഢിയുടെ അഭിപ്രായത്തോട് അയാളും യോജിച്ചു.

കുറച്ചുനാൾക്കുശേഷം വേറൊരാൾ നമ്മുടെ വിഡ്ഢിയോടു പറഞ്ഞു: "ആ എൻ എൻ ഉണ്ടല്ലോ. അദ്ദേഹം എത്ര തങ്കപ്പെട്ട മനുഷ്യൻ! എന്തൊരു മഹാമനസ്കൻ!"

'എന്തൊരുഫലിതം!' - അല്പം കുണ്ഠിതത്തോടെ തലയാട്ടിക്കൊണ്ട് നമ്മുടെ വിഡ്ഢി പറഞ്ഞു: "ഹേ, നിങ്ങൾ ഒരുനൂറ്റാണ്ടു പിറകിലാണല്ലോ. ഹാ, എൻ എൻ - തെമ്മാടിത്തത്തിനു പേരു കേട്ടവൻ! തങ്കം പോലൊരു മനുഷ്യനാണു പോലും!

തന്റെ ബന്ധുക്കളെ മുഴുവൻ അയാൾ ചതിച്ചകാര്യം അറിഞ്ഞില്ലേ? മറ്റെല്ലാവർക്കും ഇതറിയാം."

ആ ചങ്ങാതിയും ആദ്യമൊക്കെ അമ്പരന്നു നില്ക്കുകയാണുണ്ടായത്. എത്ര പെട്ടെന്നാണ് ആ ചങ്ങാതി നമ്മുടെ വിഡ്ഢിയോട് പൊരുത്തപ്പെട്ടതും തന്റെ ദീർഘകാല സുഹൃത്തിനെ തള്ളിപ്പറഞ്ഞതും! അവിടം കൊണ്ടും തീർന്നില്ല. ആരെങ്കിലും ആരെ പുകഴ്ത്തിയാലും എന്തിനെ വാഴ്ത്തിയാലും നമ്മുടെ വിഡ്ഢിക്കൊന്നേയുള്ളൂ- നിന്ദനവാക്കുകൾ ചൊരിയൽ. പുകഴ്ത്തുന്നവരൊക്കെ പഴഞ്ചൻ തത്ത്വശാസ്ത്രത്തിൽ വിശ്വസിക്കുന്നവരാണെന്നും ആ തിരുമണ്ടൻ പറയും.

മറ്റുചിലപ്പോൾ ആ മടയൻ പറയും: 'പറഞ്ഞത് മഹാന്മാരാണെന്ന് കരുതി അതൊക്കെ വിശ്വസിക്കുന്ന മനുഷ്യരുമുണ്ടല്ലോ!'

'കുശുമ്പനാണ്, കുന്നായ്മക്കാരനാണ്, അസൂയയുടെ അക്ഷയപാത്രമാണ് ഇവൻ' - വിഡ്ഢിയെപ്പറ്റി ആളുകൾ പറയാറുണ്ട്.

അങ്ങനെയൊക്കെയാണെങ്കിലും, 'എന്തൊരു ബുദ്ധിമാൻ, സമർത്ഥൻ' എന്ന് വേറെ ചിലരും അഭിപ്രായം പ്രകടിപ്പിച്ചു.

അങ്ങനെയിരിക്കെ, വൈകാതെതന്നെ ഒരു പത്രാധിപർ വിഡ്ഢിയെ ആ പത്രത്തിന്റെ വിമർശനപംക്തി കൈകാര്യം ചെയ്യാനുള്ള ജോലി ഏല്പിക്കുകയുണ്ടായി.

നമ്മുടെ മടയനായ വിമർശകൻ വിമർശിച്ചു പുറന്തള്ളാത്തതായി യാതൊന്നും ഇല്ല. വിമർശനത്തിന്റെ രീതിയും നീതിയുമൊക്കെ വ്യവസ്ഥാപിതം തന്നെ.

പണ്ടുള്ള നിയമമൊന്നും അനുസരിക്കരുത് എന്നും മഹാന്മാരുടെ വഴികൾ പിന്തുടരരുതെന്നുമൊക്കെയായിരുന്നുവല്ലോ പഴയ വിഡ്ഢിയുടെ തത്ത്വശാസ്ത്രം. എന്നാൽ ഇപ്പോൾ അയാൾ നടപ്പിലാക്കുന്ന

പഴഞ്ചൻനയങ്ങളും നിയമങ്ങളുമൊക്കെയാണ് ആളുകൾ പാലിക്കുന്നത്. യുവതലമുറ ഏറെ ആദരവോടെയാണ് മടയനെ നോക്കിക്കണ്ടത്. എന്നാൽ അവരുടെയുള്ളിൽ അയാളെയോർക്കുമ്പോൾ ഭയം കുന്നുകൂടി.

പാവം മനുഷ്യർ! അവർക്ക് വേറെ പോംവഴി ഇല്ലല്ലോ. ഒരുത്തനേയും അനുസരിക്കരുതെന്നാണ് അവർ മനസ്സിലാക്കിയിരുന്നത്. എന്നാൽ ഇപ്പോൾ ഈ തിരുമടയന്റെ വാക്കുകളോട് യോജിക്കാതിരുന്നാൽ തങ്ങൾ ആധുനിക തലമുറക്കാരല്ലാതായിപ്പോകില്ലേ?

ഭീരുക്കളുടെ എണ്ണം പെരുകുമ്പോൾ അവർക്കിടയിൽ ഇത്തരം വിഡ്ഢികൾക്ക് സുവർണ്ണകാലം!

കിഴക്കുനിന്നൊരു കഥ

ജാഫറിനെ അറിയാത്തവരായി ബാഗ്ദാദിലാരെങ്കിലുമുണ്ടാവുമോ? പ്രപഞ്ചത്തിന്റെ സൂര്യൻ എന്നല്ലേ ജാഫർ അറിയപ്പെടുന്നത്.

ജാഫറിന്റെ ചെറുപ്പക്കാലത്ത് ഒരുദിനം പ്രത്യേകം സ്മരണീയമാണ്. അന്ന് അയാൾ ബാഗ്ദാദിലൂടെ നടന്നുപോവുകയായിരുന്നു.

പെട്ടെന്നാണ് ഒരു ഇടറിക്കരച്ചിൽ അയാൾ കേട്ടത്. ആരോ അടിയന്തരസഹായത്തിനായി വിളിക്കുകയായിരിക്കാം.

അന്നത്തെ ചെറുപ്പക്കാരുടെ കൂട്ടത്തിൽ നല്ലൊരു ബുദ്ധിമാനും വീണ്ടുവിചാരശീലക്കാരനുമായിരുന്നു ജാഫർ. അക്കാര്യത്തിലാണവന്റെ പ്രസിദ്ധി. എന്നാൽ ഈ സന്ദർഭത്തിൽ യുക്തിവിചാരത്തിനു നിന്നില്ല. ഹൃദയാലുവാകയാൽ, മനക്കരുത്തിൽ വിശ്വാസമർപ്പിച്ച് നിലവിളികേട്ട ദിക്കിലേക്ക് പാഞ്ഞടുക്കുകയാണുണ്ടായത്.

അവിടെ രണ്ടു പിടിച്ചുപറിക്കാർ ഒരു പാവം വയസ്സനെ നഗരത്തിലെ മതിലിനോടു ചേർത്തു നിർത്തി അയാളുടെ കൈയിലുള്ള ധനം കൊള്ളയടിക്കുവാനുള്ള ശ്രമത്തിലാണ്.

ജാഫർ എത്രയുംപെട്ടെന്ന് തന്റെ വാളൂരിപ്പിടിച്ച് അവർക്കുമേൽ ചാടിവീണു. ഒരു കൊള്ളക്കാരനെ വധിക്കുകയും ചെയ്തു. മറ്റേ കള്ളൻ ഓടിപ്പോയി.

ആപത്തിൽനിന്നു രക്ഷപ്പെട്ട വൃദ്ധൻ ജാഫറിന്റെ പാദത്തിൽ നമസ്കരിച്ച് അയാളുടെ വസ്ത്രാഞ്ചലം ചുംബിച്ചു. എന്നിട്ട് പറഞ്ഞു: “ധൈര്യശാലിയായ ചെറുപ്പക്കാരാ, നിന്റെ ഹൃദയാലുത്വത്തിനു വേണ്ടുന്ന പ്രതിഫലം തരാൻ ഉദ്ദേശിക്കുന്നു. കണ്ടാൽ ഞാനൊരു പിച്ചക്കാരൻ. അത് കാഴ്ചയിൽ മാത്രം. ഞാനേ, ഒരു വെറും സാധാരണക്കാരനല്ല. നിനക്കതു താമസിയാതെ മനസ്സിലാവും - നാളെ നീ വരിക,

അതിരാവിലെ ബാഗ്ദാദിലെ പ്രസിദ്ധമായ കമ്പോളത്തിൽ. അവിടെ ഒരു ജലധാരയുണ്ട്. അതിനരികിൽ ഞാൻ നിന്നെയും കാത്തുനില്പുണ്ടാവും.”

ജാഫർ ആത്മഗതം ചെയ്തു: ‘കണ്ടാൽ വെറുമൊരു പാപ്പരായ വൃദ്ധൻ. എന്നാൽ, മറിച്ചായാലോ? ലോകത്ത് എന്താണ് സംഭവിക്കാൻ വയ്യാത്തത്? ആ വയസ്സൻ പറഞ്ഞതൊന്നു പരീക്ഷിച്ചുനോക്കുകതന്നെ’. ജാഫർ, ആ വൃദ്ധനോടു പറഞ്ഞു: “അങ്ങനെത്തന്നെയാവട്ടെ, മുത്തശ്ശാ.”

അടുത്തദിവസം പുലരുംമുമ്പേ ജാഫർ ആ പ്രസിദ്ധമായ അങ്ങാടിയിലെത്തി. കണ്ടു, ആ വൃദ്ധനെ! ജലധാരയുടെ മാർബിൾക്കെട്ടിൽ കൈമുട്ടൂന്നിക്കൊണ്ടാണ് അങ്ങോര് നില്ക്കുന്നത്.

ഒരു പൂന്തോട്ടത്തിലേക്കാണ് ജാഫറിനെ വൃദ്ധൻ കൊണ്ടുപോയത്. ആ ഉദ്യാനത്തിനുചുറ്റും ഏറെ ഉയരമുള്ള മതിലുകളുണ്ട്. അവർ ഉദ്യാനത്തിന്റെ നടുക്കുള്ള പച്ചപ്പുൽപ്പരപ്പിൽ നില്ക്കുന്ന വിചിത്രമായ ഒരു വൃക്ഷത്തിനടുത്തെത്തി.

അതുകണ്ടാൽ, ഒരു സൈപ്രസുമരം പോലെ. ഒരു വ്യത്യാസം ഉണ്ട്- അതിന്റെ ഇലകൾ ഇന്ദ്രനീല നിറത്തിലാണ്.

ഇളകിയാടി മേല്പോട്ടു വളരുന്ന അതിന്റെ ചില്ലകളിൽ മൂന്നു കനികൾ തൂങ്ങിനില്ക്കുന്നു. അതിൽ ഒരെണ്ണം ഇടത്തരമാണ്- നറുംപാലുപോലെ വെളുത്ത് ഇത്തിരി നീണ്ടത്. മറ്റൊന്ന്, ഉരുണ്ടു തുടുത്തുതുടുത്ത് വലിയത്. ഇനി മൂന്നാമത്തേത്- ചെറുത്, മഞ്ഞനിറം പൂണ്ട് ചുക്കിച്ചുളിഞ്ഞത്. അപ്പോൾ കാറ്റുവീശിയിരുന്നില്ല. എങ്കിലും ചെറുചെറു സ്ഫടികമണികൾ ആടിയലയ്ക്കും പോലെ ആ വിചിത്ര വൃക്ഷമൊന്നാകെ ഒരു നിഗൂഢമായ മർമ്മരം ഉതിർക്കുന്നുണ്ടായിരുന്നു. ജാഫർ വന്നിരിക്കുവെന്നറിഞ്ഞ് സ്വാഗതമോതുകയാണോ, ഈ വിചിത്രവൃക്ഷം?

“ചെറുപ്പക്കാരാ, കേൾക്കൂ” ആ വയസ്സൻ പറഞ്ഞുതുടങ്ങി: “ആ മൂന്ന് കനികളിൽനിന്ന് ഒരെണ്ണം പറിച്ചുതിന്നൂ. ആ വെളുപ്പുനിറമുള്ള കനിയാണ് തിന്നുന്നതെങ്കിൽ നീ ഈ ലോകത്തിലെ ഏറ്റവും വലിയ ബുദ്ധിമാനായിത്തീരും. ചോന്ന ആ പഴം തിന്നാലുണ്ടല്ലോ നീ കുബേരനായിത്തീരും. അതല്ല, മഞ്ഞനിറമുള്ള കനിയാണ് ഭക്ഷിക്കുന്നതെങ്കിൽ മുതിർന്നവരും പ്രായം ചെന്നവരുമായ പെണ്ണുങ്ങൾ നിന്നെ ഇഷ്ടപ്പെടും- ഉം, വേഗമാവട്ടെ, സമയം പാഴാക്കാനില്ലല്ലോ. തീരുമാനമെടുക്കൂ. ഇതാ പഴങ്ങൾ ഉണങ്ങിപ്പോവുകയായി, ഒരു മണിക്കൂറിനകം! ഈ വിചിത്ര വൃക്ഷമാകട്ടെ ഭൂമിയുടെ ആഴങ്ങളിലേക്കു താഴ്ന്നുതാഴ്ന്നു പോവുകയും ചെയ്യും.”

ജാഫറിന്റെ ശിരസ്സുകുനിഞ്ഞു. അയാൾ ആലോചനയിലാണ്: ‘പ്രതിസന്ധിയായല്ലോ. എന്തുചെയ്യും? അതിബുദ്ധിമാനുള്ള കനിയാണ് തിന്നുന്നതെന്നിരിക്കട്ടെ. ബുദ്ധിയുടെ യുക്തികൊണ്ട് ജീവിതം തന്നെ അർത്ഥശൂന്യമാണെന്ന തീരുമാനത്തിലെത്തിയാലോ? കുബേരത്വത്തിനായുള്ള കനിയാണ് തിന്നുന്നതെങ്കിലോ-മറ്റെല്ലാ മനുഷ്യരും തന്നോട് അസൂയാ

ലുക്കളാവുമല്ലോ - ഈ രണ്ടുമാരണങ്ങളിലൊന്ന് സ്വീകരിക്കുന്നതിനെക്കാൾ നല്ലതും ഉചിതവുമായിട്ടുള്ളത് ചൂക്കിച്ചുളിഞ്ഞ കനിതിന്നുക എന്നതുതന്നെ!

ജാഫർ ആ ശുഷ്കിച്ച മഞ്ഞക്കനി തിന്നു.

അപ്പോൾ, പല്ലുകൊഴിഞ്ഞ വായപൊത്തിപ്പിടിച്ച് പൊട്ടിച്ചിരിച്ചുകൊണ്ട്, ആ വൃദ്ധൻ പറഞ്ഞു:

"ബുദ്ധിമാനായ ചെറുക്കാ, ഉത്തമമായതു നീ തെരഞ്ഞെടുത്തു. ആ വെളുത്ത കനി നിനക്കൊട്ടും ആവശ്യമില്ലാത്തതാണ്. *ബൈബിളി*ലെ ശലോമനേക്കാൾ ബുദ്ധിവൈഭവം നിനക്കുണ്ടല്ലോ. ആ ചുകപ്പൻ കനിയും നിനക്കു വേണ്ടുന്നതല്ല. അതു തിന്നാതെ തന്നെ നിനക്കെത്രയോ സമ്പത്തു കൈവരുമല്ലോ. ആരുടെ സ്വത്തിൽ ആൾക്കാർ അസൂയപ്പെട്ടാലും നിന്റെ സ്വത്തിൽ മാത്രം ആരും അസൂയപ്പെടുകയുമില്ല."

അഗാധമായ ചിന്താവ്യാപാരത്തിൽ നിന്നുണർന്ന ജാഫറിന് ഒരപേക്ഷയേ ഉണ്ടായിരുന്നുള്ളൂ: "ദൈവാനുഗ്രഹമുള്ള നമ്മുടെ കാലിഫിന്റെ അമ്മയെ കാണണം. ആ അമ്മ എവിടെയാണ് താമസിക്കുന്നതെന്ന് മുത്തശ്ശാ, പറഞ്ഞുതരൂ."

ഭൂമിയെ സ്പർശിക്കുവോളം തലകുമ്പിട്ട് വന്ദിച്ച് ആ വൃദ്ധൻ ചെറുപ്പക്കാരന് വഴികാട്ടിക്കൊടുത്തു.

പ്രപഞ്ചവിശ്രുതനും ലോകൈകമഹത്വമുള്ളവനുമായ ജാഫറിനെ അറിയാത്തവരായി ബാഗ്ദാദിൽ ആരെങ്കിലുമുണ്ടാവുമോ?

രണ്ടു കവികൾ

പട്ടണത്തിൽ കവിത ഏവർക്കും രസിച്ചിരുന്നു. മാസത്തിലേതെങ്കിലും ഒരാഴ്ചയിൽ മൈതാനിയിൽ പുതിയൊരു കവിത അവതരിപ്പിക്കുന്നുണ്ടാവും. അതു നടക്കുന്നില്ലെങ്കിൽ കവിതയ്ക്കുണ്ടാവുന്ന ദാരിദ്ര്യം എല്ലാവർക്കും കഷ്ടകാലം പിടിപ്പെട്ടപോലെയാണ്.

ഇങ്ങനെ കവിതയില്ലാതെ കഷ്ടകാലം കെട്ടിയേല്പിച്ച കാവ്യദേവതയെ അവർ പഴിക്കുമായിരുന്നു. തീരെ ഭംഗിയില്ലാത്ത ഉടയാടയും ധരിച്ച് തലയിൽ വെണ്ണീറും പൂശി ജനങ്ങൾ കാവ്യദേവതയെ പഴിക്കുമായിരുന്നു.

അങ്ങനെ വിലാപദിനങ്ങൾ കടന്നുപോകവേ, ഒരു ദീനവിലാപദിനത്തിൽ, ജൂനിയസ് എന്ന ചെറുപ്പക്കാരനായ കവി വിലാപക്കാരുടെ ഇടയിലേക്കു കയറിവന്നു. വായനാമണ്ഡപത്തിലേക്കു കയറിച്ചെന്ന് തന്റെ കവിത അവതരിപ്പിക്കാൻ ആഗ്രഹിക്കുന്നതായി അയാൾ പറഞ്ഞു.

കാവല്ക്കാർ എല്ലാവരോടും നിശ്ശബ്ദത പാലിക്കാൻ ആവശ്യപ്പെട്ടു. ജനങ്ങൾ ആകാംക്ഷയോടെ കേൾക്കാൻ കാത്തിരിക്കെ, ജൂനിയസ് കവിതചൊല്ലി:

“ചങ്ങാതിമാരേ ദേശക്കാരേ
കാവ്യദേവതാ ഭക്തരേ
മഹാസൗന്ദര്യമന്ദിരത്തിലെ
കാവ്യദേവതാ ദാസരേ
ഞൊടിനേരംപോലും
വേണ്ടാ ഹൃദയാലസ്യം
ആഗ്രഹിച്ചതിങ്ങെത്തുകയായ്
ജയിക്കും വെട്ടമന്ധതമസ്സിനെ.”

കവിത കേട്ട് നാലുപാടുനിന്നും പരിഹാസസ്വരങ്ങളുയർന്നു, കൂവ

ലുകളുയർന്നു. ചുരുട്ടിപ്പിടിച്ച മുഷ്ടികളാണെങ്ങും. കോപാക്രാന്തമായ കണ്ണുകളാണെങ്ങും. വേറെ ആഹ്ലാദകരമായ ഒരു ദൃശ്യവും ജൂനിയസിന് കാണാനായില്ല. ജനങ്ങൾ പറയുകയാണ്: "നമ്മളെ വശീകരിക്കാമെന്ന് പാവം നിനച്ചുപോയല്ലോ. പൊട്ടക്കവിതക്കാരാ, മണ്ഡപത്തിൽനിന്നിറങ്ങ്, ഓടിക്കോ!"

അവർ പിന്നെയും അലറുന്നുണ്ടായിരുന്നു: "തിരുമണ്ടൻതന്നെ ഇവൻ. കൊണ്ടുവാ ചീമുട്ടകൾ, ചീഞ്ഞ തക്കാളി; കൊണ്ടുവാ കല്ല് - ഇവനെ തകർക്കുക."

ജൂനിയസ് മണ്ഡപത്തിൽനിന്ന് ചാടി, വീട്ടിലേക്ക് കുതിച്ചു കൊണ്ടിരിക്കെ, അതാ കേൾക്കുന്നൂ അനുമോദന വചസ്സുകൾ, പ്രോത്സാഹിപ്പിക്കുന്ന ആർപ്പുവിളികൾ. അയാൾ തിരിഞ്ഞുനോക്കി.

അമ്പരപ്പോടെ ജൂനിയസ് ആ മൈതാനിയിലേക്ക് മടങ്ങിച്ചെന്നു, വളരെ സൂക്ഷിച്ച്, തന്നെ ആൾക്കൂട്ടം തിരിച്ചറിയാൻ പറ്റാത്ത വിധത്തിലാണ് ആ മടക്കയാത്ര (എന്തെന്നാൽ, ഈറപിടിച്ച മൃഗമാണിപ്പോൾ ജനക്കൂട്ടം; ആ മൃഗത്തെ ഒരു തരത്തിലും ഇളക്കുവാനിടയാക്കരുതല്ലോ).

പിന്നെ, ജൂനിയസ് കണ്ടത് അപ്രതീക്ഷിതമായൊരു രംഗമാണ്. പട്ടു പുതച്ച് പുഷ്പകിരീടം വെച്ച് തന്റെ ശത്രുവായ ജൂലിയസ് അതാ നില്ക്കുന്നു. ഒരു സ്വർണ്ണപ്പല്ലക്കിലേറ്റി ആളുകൾ അതാ അയാളെ കൊണ്ടുവരുന്നു. കേൾക്കാം ആൾക്കൂട്ടത്തിന്റെ ആർപ്പുവിളികൾ.

തന്നെക്കുറിച്ചാണ് ഈ ഘോഷമെന്ന് ജൂനിയസ് തെറ്റിദ്ധരിച്ചു പോയി. അതുകൊണ്ടാണ് മടങ്ങിവന്നത്. തിരിച്ചുവന്നപ്പോൾ കണ്ടതോ, കടുത്ത മനഃശല്യമായി!

"വെൽക, വെൽക, ജൂലിയസ് വിജയിക്കട്ടെ, അനശ്വരനാവട്ടെ. നമ്മൾ കഷ്ടകാലത്തിലകപ്പെട്ടപ്പോൾ അവൻ നമ്മെ സാന്ത്വനിപ്പിച്ചു. അവന്റെ കവിത അമൃതം! മധുവിനേക്കാൾ മധുരതരം. വീണാ നിസ്വനത്തേക്കാൾ ഇമ്പമേറിയത്, അവന്റെ കവിത. അവനെ എഴുന്നള്ളിക്കുക; അവന്റെ ശിരസ്സിൽ കുന്തിരിക്കപ്പുക ചാർത്തുക; കുരുത്തോല വിശറിയാൽ അവന്റെ വിയർപ്പാറ്റുക, വിതറുക അവന്റെ പാദങ്ങളിൽ അറേബ്യയിലെ ഏറ്റവും വലിയ സുഗന്ധദ്രവ്യങ്ങൾ. വെൽക, വെൽക ജൂലിയസ്!" - ജനക്കൂട്ടം അവനെ അനുമോദിച്ചു.

അപ്പോൾ നമ്മുടെ പഴയകവി ജൂനിയസ് അനുമോദനം ചെയ്യുന്ന ഒരാളുടെ അടുത്തുചെന്ന് ചോദിച്ചു: "ആട്ടെ, നിങ്ങളെ ഇത്രയ്ക്കും വശീകരിച്ച ജൂലിയസിന്റെ കവിത എന്താണ്? സ്ഥലത്തില്ലായിരുന്നതിനാൽ എനിക്കു കേൾക്കാൻ പറ്റിയില്ല; ഓർമ്മയുണ്ടെങ്കിൽ ഒന്നുരുവിട്ടാലും."

"എന്തൊരുരസമായിരുന്നു കേൾക്കാൻ. ഞാനതെങ്ങനെ മറക്കും! നിങ്ങളുടെ വിചാരം ഞാനൊരു അരസികനാണെന്നാണോ? ഇതാ കേട്ടോളൂ. കേട്ടു രസിച്ചോളൂ"

"- കവിതാരസികരേ,
പ്രിയതോഴരേ

സൗന്ദര്യദേവതാ പൂജകരേ
കേൾക്കുവിൻ
നിമിഷനേരംപോലും വേണ്ട
ആത്മാവിന്നലസത
ഇച്ഛിപ്പതെല്ലാമാസന്നമായ്
ഇനിയീരാത്രിയെ ഛിദ്രിപ്പിക്കും പകൽവെട്ടം"

"ദൈവമേ!" എന്ന് വിളിച്ച് ജൂനിയസ് പറയുകയായി: "ഹാ, ഇതെന്റെ കവിതയാണല്ലോ ദൈവമേ! ഞാനിതു പാടിയപ്പോൾ ജനക്കൂട്ടത്തിൽ അവനുമുണ്ടായിരുന്നിരിക്കണം. അവൻ കേട്ടിരിക്കണം. ചില്ലറ വ്യത്യാസങ്ങൾ വരുത്തിയിട്ടുണ്ട്. അത്രമാത്രം. എന്റേതിനോട് കിടപിടിക്കുന്നതുമല്ല ആ മാറ്റങ്ങൾ."

അപ്പോൾ അപരൻ പറഞ്ഞു: "അതേ, അതേ നിങ്ങളാണ് ആ കവി അല്ലേ, നീ ജൂനിയസ്!" രോഷം നിറഞ്ഞ മുഖത്തോടെ അപരൻ തുടർന്നു: "വല്ലാത്തൊരസൂയക്കാരൻ! ഗ്രഹപ്പിഴ പിടിച്ചോൻ-നീ നോക്കിയോ ജൂലിയസിന്റെ പദപ്രയോഗം? അതൊക്കെ എത്ര രസനീയം! 'രാത്രിയെ ഛിദ്രിപ്പിക്കും പകൽവെട്ടം' എന്നാണ് ജൂലിയസിന്റെ പ്രയോഗം. നീ പറഞ്ഞതോ - 'ജയിക്കും വെട്ടം അന്ധതമസ്സിനെ'- എന്തുവെട്ടം, എന്തിരുട്ട്?"

രണ്ടു കവികളും പറഞ്ഞതിന്റെ അർത്ഥമൊന്നുതന്നെയാണല്ലോ: എന്ന് ജൂനിയസ് പറഞ്ഞുതുടങ്ങി. അപ്പോൾ അപരൻ കോപാകുലനായി ജൂനിയസിനോടു പറഞ്ഞു:

"മിണ്ടിപ്പോകരുത്! ഇനി ഒരു അക്ഷരം നിന്റെ നാവിൽ നിന്നുവന്നാൽ ഈ ജനത്തിന്റെ ശ്രദ്ധ മുഴുവൻ ഞാൻ നിന്നിലേക്ക് തിരിച്ചുവിടും. പിന്നെ, അവർ നിന്റെ കഥതീർക്കും."

ഈ വിപത്സന്ധിയിൽ നിശ്ശബ്ദത മതി എന്ന് ജൂനിയസിന് തോന്നി.

അപരനും ജൂനിയസും തമ്മിൽ ഉള്ള സംസാരം കേട്ട് ഒരു വൃദ്ധൻ അരികെ നില്പുണ്ടായിരുന്നു. അയാൾ ഭാഗ്യക്കേടുകാരനായ കവിയുടെ തോളിൽ കൈവച്ച് പറഞ്ഞു:

> ജൂനിയസ്, നിന്റെ കവിതയിൽ ആശയങ്ങളും വാക്കുകളുമൊക്കെ നിന്റേതുതന്നെയാണ്, അതു നിന്റെ കവിതതന്നെ. ഒരബദ്ധം മാത്രം - നീ അതു ചൊല്ലിയത് അസമയത്തായിപ്പോയി. ജൂലിയസ് മോഷ്ടിച്ചെടുത്തതാണ് അവതരിപ്പിച്ചത്. പക്ഷേ, ആ അവതരണം തക്കസമയത്തായിരുന്നു. അങ്ങനെ അവൻ വിജയിയായി വാഴ്ത്തപ്പെട്ടു. എന്നാലോ, നിന്റെ മനഃസാക്ഷി നിനക്ക് സംതൃപ്തി നല്കുമെന്നേ എനിക്കു പറയാനുള്ളൂ.

ആൾക്കൂട്ടം തള്ളിക്കളഞ്ഞ ജൂനിയസിനെ അവന്റെ മനഃസാക്ഷി സമാശ്വസിപ്പിക്കാൻ പാടുപെട്ടുകൊണ്ടിരിക്കയാണ്. യഥാർത്ഥത്തിൽ സ്വകീയമായ സമാധാനം കൈവരിക്കാൻ നന്നേ പ്രയാസപ്പെടുന്നുണ്ടായിരുന്നു. അപ്പോഴേക്കും അതാ അകലെ ആഹ്ലാദാരവങ്ങൾ, അനുമോദന

വചസ്സുകൾ കേൾക്കയായി. അതാ മുന്നോട്ടുനീങ്ങുന്നു ജൂലിയസ്!- ലോകനാഥനായ സൂര്യന്റെ സുവർണ്ണതേജസ്സിൽ, രാജകീയവേഷമണിഞ്ഞ്, പുഷ്പകിരീടമണിഞ്ഞ്, സുഗന്ധദ്രവ്യങ്ങളുടെ മേഘച്ചാർത്തുകളാൽ ആശ്ലേഷിതനായി, വിജയിയായ ഒരു ചക്രവർത്തിയെപ്പോലെ! അവന്റെ മുമ്പിൽ കുരുത്തോലവിശറികൾ പൊങ്ങുന്നു, താഴുന്നു, പൊങ്ങുന്നു... കൃതജ്ഞതാനിർഭരമായ ജനങ്ങളുടെ ഹൃദയങ്ങൾ വിനീയവും മന്ദവുമായ ആ ചലനങ്ങളിലൂടെ, ജൂലിയസിനെ ആദരപൂർവ്വം കൈകൂപ്പുകയാണെന്നു തോന്നും.

കുരുവി

വേട്ട തീർന്ന് ഞാൻ പൂന്തോട്ടത്തിലെ നടക്കാവിലൂടെ വരികയാണ്. എന്റെ വളർത്തുനായ മുന്നിൽ നീങ്ങുന്നുണ്ട്.

പൊടുന്നനെ എന്റെ നായയുടെ നടത്തം പതുക്കനെ പതുക്കനെയായി, ഇരയെ പിടിക്കാൻ തക്കം പാർക്കുന്നവനെപോലെ.

അപ്പോൾ അതാ മുൻപിൽ വഴിയിൽ, ഒരു ചെറുകിളിക്കുഞ്ഞ്, ചിറകുവെച്ചുതുടങ്ങുന്നതേയുള്ളു അതിന്! തവിട്ടുനിറമാർന്ന അതിന്റെ പപ്പുകളും ചെഞ്ചുണ്ടും പേടിച്ചുവിറയ്ക്കുകയാണ്. മരപ്പൊത്തിൽനിന്ന് താഴെ വീണുപോയതാവാം (മരങ്ങളെ ഉലയ്ക്കുന്ന കടുത്ത കാറ്റാണ് വീശുന്നത്). ഹാ, അത് നിസ്സഹായമായി പറക്കാൻ പാടുപെടുകയാണ്. ചെറുചിറകുകളിൽ തൂവൽ കിളിർത്തു വരുന്നതേയുള്ളൂ. എങ്ങനെ പറക്കും, പാവം!

എന്റെ നായ പതുക്കെ അതിന്നടുത്തേക്കു ചെല്ലാനുള്ള ശ്രമത്തിലാണ്. പെട്ടെന്നാണ് ഒരു ചിറകടിയൊച്ച കേട്ടത് - ഒരു കല്ലുവീഴുംപോലെ മരക്കൊമ്പിൽനിന്ന് ഒരു കുരുവി അതാ എന്റെ നായയുടെ മുമ്പിൽ വീഴുന്നു. എന്തോ ചില ശബ്ദങ്ങൾ - നിരാശയുടെയും ദയനീയതയുടെയും ലാഞ്ചനയുള്ള ഒച്ചകൾ - ആ കുരുവിയിൽനിന്നുയർന്നു. വായപൊളിച്ചു പല്ലുകൾ തിളക്കിക്കാട്ടി നില്ക്കയാണ് എന്റെ നായ. അവനെതിരെ ആ കുരുവി രണ്ടു വട്ടം ചാടിവന്നു - വീണുകിടക്കുന്ന തന്റെ കുഞ്ഞുപക്ഷിയെ രക്ഷിക്കാനുള്ള വെമ്പലുകൾ. പൊടുന്നനെ ആ തള്ളപ്പക്ഷി എന്റെ നായയുടെ നേരെ ചാടിവീണു - കുഞ്ഞിനെ രക്ഷപ്പെടുത്താനുള്ള വെപ്രാളങ്ങളോടെ. തള്ളപ്പക്ഷിയുടെ ഉടൽ ലോലലോലമായി വിറച്ചുകൊണ്ടിരിക്കയാണ്. വെപ്രാളത്താൽ പതറുന്നുണ്ടതിന്റെ ഒച്ചകൾ. അതാ, ഇപ്പോൾത്തന്നെ അത് ബോധംകെട്ടുവീഴും - വാത്സല്യഭാര

ത്താൽ, ഉൽക്കണ്ഠയാൽ വിറയ്ക്കുന്ന അമ്മ സ്വയം ബലിയർപ്പിക്കുകയാണ്... ആ തള്ളക്കുരുവിക്ക് എന്റെ നായ വല്ലാത്തൊരു ക്രൂരജീവി തന്നെ! എന്തിട്ടുമെന്തിനേ താഴേയ്ക്കു പറന്നുവീണു? വിപത്തിൽനിന്നും മാറിനില്ക്കാനാകാത്ത ഒരു സമയമാണിതെന്ന് അതിനറിയാം... സ്വയം കീഴടക്കാൻ കഴിയാത്ത ഏതോ ഒരു അദമ്യശക്തിക്കു കീഴ്പ്പെട്ടാണ് അത് താഴേക്കു വീണത്.

ഇതെല്ലാം കണ്ട് എന്റെ നായ ഒന്നും ചെയ്യാനാകാതെ അന്ധിച്ചു നില്പാണ്. അവൻ പിറകോട്ടുമാറിനിന്നു. ആ തള്ളപ്പക്ഷിയിൽ ത്രസിക്കുന്ന ഇച്ഛാശക്തി അവന് ബോദ്ധ്യമായിരിക്കണം.

ഞാൻ ധൃതികൂട്ടി അവനെ വിളിച്ചു. ഞങ്ങൾ ആദര ഹൃദയരായി നടത്തം തുടർന്നു.

എന്തൊരു ധീരോദാത്തയാണ് ആ അമ്മ! ആ വാത്സല്യത്തിനു മുമ്പിൽ എന്റെ ആത്മാവ് കൈകൂപ്പി.

മരണത്തേക്കാൾ അതിശക്തമാണ് വാത്സല്യം. മരണഭയത്തെ വെല്ലുന്നതാണ് വാത്സല്യം! ഈ വാത്സല്യം, സ്നേഹം - അതൊന്നു മാത്രമാണ് മനുഷ്യജീവിതത്തിന്റെ പുരോഗമനശക്തി.

തലയോട്ടികൾ

അലംകൃതവും വിശാലവും വെളിച്ചം നിറഞ്ഞതുമായ ഒരു സ്വീകരണമുറിയിൽ പ്രമാണികളായ സ്ത്രീപുരുഷന്മാർ കൂടിയിരിക്കയാണ്.

ജീവൻ സ്ഫുരിക്കുന്ന മുഖങ്ങളാണെല്ലാം. പരസ്പരം പ്രചോദിപ്പിക്കുന്ന തരത്തിലാണ് അവരുടെ സംഭാഷണങ്ങൾ. ഇപ്പോൾ അവിടെ ഒരു ചർച്ച നടക്കുകയാണ്. പേരും പെരുമയുമുള്ള ഒരുപാട്ടുകാരിയെപ്പറ്റി. അവരെല്ലാം അവളെ വാഴ്ത്തിപ്പറയുന്നുണ്ട്. നോക്കൂ, ഇന്നലെ അവൾ പാടിയതെത്ര ആകർഷകമായിട്ടായിരുന്നു!

പെട്ടെന്ന്, എന്തോ ഇന്ദ്രജാലം നടന്നുവോ! അതാ അവരുടെയെല്ലാം മുഖത്തും ദേഹത്തും തൊലി ഇല്ലാതായി! കണ്ടതോ - വെളുവെളുന്നനെയുള്ള തലയോട്ടികൾ, വെളുത്തീയംപോലത്തെ താടിയെല്ലുകൾ, മോണകളും അങ്ങനെത്തന്നെ!

ആ താടിയെല്ലുകൾ, മോണകൾ എല്ലാം ചലിക്കുന്നുണ്ട്. അമ്പരന്ന് പേടിച്ച് ഞാൻ നോക്കിനില്പായി. ചുറ്റും മെഴുകുതിരികൾ, റാന്തലുകൾ ചൊരിയുന്ന വെട്ടത്തിൽ, തിരിയുമ്പോൾ തിളങ്ങുന്നു ആ അസ്ഥികന്ദുകങ്ങൾ! ആ പന്തുകൾക്കുള്ളിൽ ചുഴന്നു തിരിയുന്നൂ വേറെ രണ്ടു ചെറിയ പന്തുകൾ! അർത്ഥശൂന്യമായി ഉരുണ്ടുരുണ്ട് മിഴികൾ!

അപ്പോൾ എനിക്ക് എന്റെ മുഖമൊന്നു തൊടാൻപോലും ധൈര്യമുണ്ടായില്ല. കണ്ണാടിയിലൊന്നു നോക്കിയാലോ - അതിനും ധൈര്യമുണ്ടായില്ല.

അങ്ങോട്ടിങ്ങോട്ടു ഭ്രമണം ചെയ്തുകൊണ്ടിരിക്കയാണ് ആ തലയോട്ടികൾ. ഇളിച്ചുകാട്ടുന്ന പല്ലുകൾ. അവയ്ക്കിടയിലൂടെ രക്തംപുരണ്ട പഴംതുണിക്കീറുകൾപോലെ ഒച്ചവെച്ചുകൊണ്ടേയിരിക്കുന്ന നാവുകൾ - പ്രശസ്തയായ പാട്ടുകാരിയെക്കുറിച്ച്, തന്റെ ഗാനത്താൽ അനശ്വരയായ അവളെക്കുറിച്ച് അവർ പറഞ്ഞുകൊണ്ടേയിരിക്കുകയാണ്. അനശ്വരം, അതെ അനശ്വരമായ ആ ഗാനാലാപത്തെക്കുറിച്ച്, അവർ വാഴ്ത്തിക്കൊണ്ടിരിക്കയാണ്.

പണിയാളനും വെളുമ്പൻകൈയനും
(ഒരു സംഭാഷണം)

പണിയാളൻ:	ഞങ്ങളുടെ അടുക്കലേക്കുള്ള നിങ്ങളുടെ ഈ വലിഞ്ഞുകയറൽ എന്തിനാണ്? കടന്നുപോ, നീ ഞങ്ങളുടെ കൂട്ടക്കാരനല്ല, കടന്നുപോ.
വെളുമ്പൻ:	സഖാവേ, ഞാനും നിങ്ങളുടെ കൂട്ടക്കാരനാണ്.
പണിയാളൻ:	ഞങ്ങളുടെ കൂട്ടക്കാരനോ? അസ്സലായി! അങ്ങനത്തെ വിചാരമൊക്കെ നന്ന്. പക്ഷേ, എന്റെ കൈനോക്ക്. അതു വൃത്തിയില്ലാത്തതാണ്. മണത്തുനോക്കൂ, ടാറും എണ്ണയും നാറുന്ന കൈകൾ. നിങ്ങളുടെ കൈയോ, വെളുവെളുന്നനെ. എന്തിന്റെ മണമാണതിന്?
വെളുമ്പൻ:	(കൈ കാണിച്ച്) ഒന്നുമണത്തുനോക്കിയേ.
പണിയാളൻ:	(വെളുമ്പന്റെ കൈ വാസനിച്ചു നോക്കുന്നു). എന്തത്ഭുതം! ഇരുമ്പിന്റെ മണം.
വെളുമ്പൻ:	ഇരുമ്പിന്റെ മണം തന്നെ. നീണ്ട ആറുകൊല്ലക്കാലം ചങ്ങലയിൽ ബന്ധിച്ചുകിടന്നതാണ്.
പണിയാളൻ:	ഹാ, എന്തിന്?
വെളുമ്പൻ:	നിങ്ങളെപ്പോലുള്ളവരുടെ മോചനത്തിനുവേണ്ടി; അറിവില്ലാത്തവരെയും അടിമകളെയും പാരതന്ത്ര്യത്തിൽനിന്ന് മോചിപ്പിക്കുന്നതിനുവേണ്ടി; മർദ്ദകർക്കും ചൂഷകർക്കുമെതിരെ ജനത്തെ കലാപ സജ്ജരാക്കിയതിന്റെ പേരിൽ അവരെന്നെ ചങ്ങലയിൽ തളച്ചു. ചുറ്റുമുള്ള ഇരുട്ടിനോട് പോരാടിയതിന്റെ പേരിൽ അവരെന്നെ കാരാഗൃഹത്തിലടച്ചു.

പണിയാളൻ: അവർ നിങ്ങളെ ചങ്ങലയ്ക്കിട്ടെന്നോ, അസ്സ ലായി! അധികാരികളോട് കളിച്ചാൽ അങ്ങനെ യിരിക്കും.

ഈ സംഭാഷണത്തിനുശേഷം രണ്ടുകൊല്ലം കടന്നുപോയി. ഒരുദി വസം അതേ പണിയാളൻ മറ്റൊരു പണിയാളനോടു ചോദിച്ചു:

"പീറ്ററേ, രണ്ടുവർഷംമുൻപ് വെളുമ്പൻ കൈയ നായ ഒരു ബുദ്ധിജീവി നമ്മളെക്കണ്ടതും സംസാരിച്ചതുമൊക്കെ ഓർക്കുന്നുണ്ടോ?"

പീറ്റർ: "ഉണ്ടല്ലോ... അതിനിപ്പഴെന്തുപറ്റി?"

ഒന്നാം പണിയാളൻ പറഞ്ഞു: "അതേയ്, ആ മനുഷ്യനെ തൂക്കിലേറ്റാൻ പോവുകയാണത്രെ. അത് ഇന്ന് നടക്കുമെ ന്നത്രെ ഉത്തരവ്."

രണ്ടാം പണിയാളൻ പീറ്റർ പറഞ്ഞു: "എന്തായിതിന്റെയൊക്കെ അർത്ഥം? അതിന് അയാൾ തുടർച്ചയായി അധികാരികളെ എതിർ ത്തും ചെറുത്തും നില്ക്കുകയായിരുന്നെന്നോ?"

ഒന്നാം പണിയാളൻ: "അതെ, നിർത്താതെ തുടരുകയായിരുന്നു"

രണ്ടാമൻ പീറ്റർ: "ഹോ, അങ്ങനെയെങ്കിൽ അവനെ തൂക്കിലേ റ്റുന്ന കയറിന്റെ ഒരു തുണ്ടം നമുക്കും കിട്ടിയി രുന്നെങ്കിൽ നന്നായി. തൂക്കിക്കൊല്ലാനുപയോ ഗിച്ച കയർ വീട്ടിലേക്ക് കയറിവരുന്നത് വീടിന് സൗഭാഗ്യമുണ്ടാക്കുമെന്നല്ലേ നാട്ടുമൊഴി."

ഒന്നാം പണിയാളൻ പറഞ്ഞു: "ശരി, ശരി. നമുക്കൊന്നു ശ്രമിക്കണം, ആ കയ റിന്റെ ഓരോ തുണ്ടം കിട്ടാൻ."

റോസാപ്പൂ

ആഗസ്ത് അവസാനിക്കുകയായി...ശരൽക്കാലം വന്നെത്താറായി.

ഇന്നത്തെ സൂര്യൻ അസ്തമിക്കുകയാണ്. ഞങ്ങൾ പാർക്കുന്നിടത്ത് നല്ലൊരു മഴ പെയ്തുതോർന്നിരുന്നു. ഇടിയും മിന്നലുമില്ലാത്ത മഴ.

വീടിന്റെ മുന്നിലെ ഉദ്യാനം തിളങ്ങുന്നു, അവിടെ നീരാവി ഉയരുന്നു - മഴവെള്ളത്തിൽ അസ്തമയ രശ്മികൾ പതിക്കുകയാൽ.

അവൾ മുറിയിൽ ഒരു കസേരയിൽ ഇരിക്കയാണ്. കതക് പാതി തുറന്നു കിടക്കുന്നു. അതിലൂടെ ഉദ്യാനത്തിലേക്ക് നോക്കിക്കൊണ്ട് ഏതോ മനോരാജ്യത്തിൽ സ്വപ്നാടനം ചെയ്കയാവാമവൾ.

എന്താണവളുടെ ആത്മാവിൽ സഞ്ചരിക്കുന്നതെന്ന് എനിക്കറിയാം. അനിയന്ത്രിതമായ ഒരു വികാരം-അതിനോട് നൊമ്പരത്തോടെ മല്ലടിച്ച്, ഒടുവിൽ അതിന് കീഴ്പ്പെടാമെന്ന് ഈ നിമിഷത്തിൽ അവൾ തീരുമാനിച്ചിട്ടുണ്ടാവണം.

പൊടുന്നനെ എഴുന്നേറ്റ് ശീഘ്രം നടന്ന് ഉദ്യാനത്തിലേക്കിറങ്ങി അവൾ അപ്രത്യക്ഷമാവുകയാണുണ്ടായത്.

മണിക്കൂർ ഒന്നുകഴിഞ്ഞു... പിന്നെയും ഒരുമണിക്കൂർ...അവൾ മടങ്ങി വന്നില്ല.

അപ്പോൾ ഞാൻ ഉദ്യാനത്തിലേക്കിറിങ്ങി. അവൾ ഏതു വഴി പോകുമെന്ന് എനിക്ക് നിശ്ചയമുണ്ടായിരുന്നു. ഞാൻ ആ വഴിയിലൂടെ നടന്നു.

സന്ധ്യാനേരം. ഇരുട്ടുവരികയാണ്. പൊടുന്നനെ കണ്ണിൽപ്പെട്ടു - ചുവന്നൊരു സാധനം വഴിയിലെ ഈറൻമണലിൽ കിടക്കുന്നു. ആ അന്തിമയക്കത്തിലും തിളങ്ങുന്നുണ്ട് അതിന്റെ തുടുത്തനിറം.

അതൊരു റോസാപ്പൂ. രണ്ടുമണിക്കൂർ മുമ്പ് അവളുടെ മാറിടത്തിൽ കണ്ടതാണല്ലോ ഈ റോസാപുഷ്പം.

ഞാൻ വീണ പൂവെടുത്ത് മുറിയിൽ അവളിരിക്കാറുള്ള കസേരയുടെ മേശപ്പുറത്ത് വെച്ചു.

പിന്നെ അവൾ വന്നുചേർന്നു. ഉത്സാഹവതിയായിട്ടാണ് തിരിച്ചുവന്നിരിക്കുന്നത്. അവൾ ആ കസേരയിൽ ഇരുന്നു.

മുഖത്തിന് വിളർച്ചയുണ്ട്, എന്നാലും പ്രകാശിക്കുന്നുണ്ട്. തറയിലേക്കു നോക്കുന്ന അവളുടെ കണ്ണുകൾക്ക് വിടർച്ച കുറവായിരുന്നു. ഏതോ ആഹ്ലാദം ഏറ്റുവാങ്ങിയ ആ കണ്ണുകൾ ഒരു മിന്നൽപിണർപോലെ അങ്ങുമിങ്ങും തെന്നിപ്പതറുന്നുണ്ടായിരുന്നു.

അവളുടെ കണ്ണിൽപ്പെട്ടു, ആ റോസാപുഷ്പം. പൊടുന്നനെ അതെടുത്ത്, മലിനമായ അതിന്റെ ഇതളുകളിൽ അവൾ നോക്കി. പിന്നെ എന്റെ നേരേ ഒന്നു നോക്കി. അപ്പോഴേക്കും ആ കണ്ണുകൾ സ്തബ്ധമായി, അവയിൽ കണ്ണീർ നിറഞ്ഞു.

“ഛേ, എന്തിനാ ഈ കരച്ചിൽ?”

“കണ്ടില്ലേ ഈ പൂവിന്റെ ഗതി?”

-ഈ സമയത്ത്, ആഴത്തിലൊന്നു ചിന്തിക്കാൻ അവസരം കൊടുക്കണമെന്നുകരുതി ഞാൻ പറഞ്ഞു:

“നിന്റെ കണ്ണുനീരുണ്ടല്ലോ, അത് ആ പൂവിതളുകളിലെ മാലിന്യങ്ങൾ കഴുകിക്കളയും.”

“കണ്ണീരു കഴുകുകയല്ല, നീറ്റി ദഹിപ്പിക്കുകയാണ് ചെയ്യുന്നത്” - എന്ന് പറഞ്ഞ് ആ പൂവ് അവൾ അണയാറായ തീയിലേക്കെടുത്തെറിഞ്ഞു. പിന്നെ ആത്മാവിന്റെ പൊട്ടിക്കരച്ചിലോടെ അവൾ പറഞ്ഞു: “അഗ്നിയുണ്ടല്ലോ, അത് കണ്ണീരിനേക്കാൾ ദാഹകശക്തിയുള്ളതാണ്.”

ആ മനോഹരമിഴികളിൽ അപ്പോഴും കണ്ണീർ തുളുമ്പുന്നുണ്ടായിരുന്നു. എങ്കിലും, അവ ചിരിക്കുന്നുമുണ്ടായിരുന്നു - ധീരതയും ആനന്ദവും നിറഞ്ഞ ഒരു ചിരി!

അതെ, എനിക്കു മനസ്സിലായി, അഗ്നിയിൽ ദഹിക്കുകയായിരുന്നു അവളും.

വൈകിയെങ്കിലും അവളുടെ ഓർമ്മയ്ക്കായി

വീണടിഞ്ഞ ഒരു ബൾഗേറിയൻ നാട്ടിൻപുറമാണിത്. അവിടെ പൊട്ടിപ്പൊളിഞ്ഞ ഒരു വയ്ക്കോൽപ്പുര അടിയന്തരാവശ്യത്തിനായി ഒരു പട്ടാള ക്യാമ്പാശുപത്രിയാക്കി മാറ്റിയിരിക്കയാണ്. ചെളിപിടിച്ച് നനഞ്ഞും ദുർഗ്ഗന്ധം വമിച്ചും കിടക്കുന്ന വയ്ക്കോലിലാണ് ഇക്കഴിഞ്ഞ പതിനാലു ദിവസത്തോളമായി അവൾ കിടക്കുന്നത്. അവൾക്ക് സന്നിപാതജ്ജ്വരമാണ്. ആ മഹതിയുടെ പേര് - യു പി വ്രെവ്സ്കയാ.

അവൾക്ക് ബോധം നഷ്ടപ്പെട്ടിരിക്കുന്നു. ഡോക്ടർമാരാരും അവളെ ഗൗനിച്ചില്ല. ജ്വരം പിടിപെട്ട് കിടപ്പിലാകുംവരെയും അവൾ രോഗികളായ സൈനികരെ ശുശ്രൂഷിക്കുകയായിരുന്നു.

ഇതാ, ഇപ്പോൾ ആ ഭടന്മാർ ഉപകാരസ്മരണയോടെ രോഗശയ്യയിൽ നിന്നെഴുന്നേറ്റുവന്ന് അവളുടെ അടുത്തെത്തുകയാണ്. അവളുടെ വരണ്ട ചുണ്ടിലേക്ക് അവർ വക്കുപൊട്ടിപ്പൊളിഞ്ഞ ഒരു പാത്രത്തിൽ നിന്ന് വെള്ളത്തുള്ളികൾ പകരുകയാണ്.

മാന്യരുടെയും പ്രമാണിമാരുടെയും ലോകത്തിന് അവൾ പരിചിതയാണ്. ആ യുവസുന്ദരിയിൽ പരമാധികാരികൾപോലും ആകൃഷ്ടരായിരുന്നു. മറ്റു സ്ത്രീകൾക്ക് അക്കാര്യത്തിൽ അസൂയയും തോന്നിയിരുന്നു. ആണുങ്ങളൊക്കെ അവളെ കിട്ടുവാൻ ആശിച്ചിട്ടുണ്ട്. ... ഏതാനും പേർക്ക് അവളോട് ഗൂഢാനുരാഗവുമുണ്ടായിരുന്നു.

അവളിൽ ജീവിതം പുഞ്ചിരിച്ചു. എന്നാൽ ചില പുഞ്ചിരികൾ തിക്തകമാണ്, കണ്ണീരിനേക്കാൾ! ലോലലോലമായൊരു ഹൃദയം... പക്ഷേ, ത്യാഗാനുഷ്ഠാനങ്ങൾക്ക് അത് സദാ തയ്യാറായിരുന്നു. ആരു സഹായം ആവശ്യപ്പെട്ടാലും സഹായിക്കും, അത്രയും വലിയൊരു സന്തോഷം വേറെയില്ല. ജീവിതത്തിൽ വേറെയും ആനന്ദങ്ങളുണ്ടെന്നുപോലും

വ്രെവ്സ്കായ എന്ന മഹതി അറിഞ്ഞിട്ടില്ല. എത്രയോ ആനന്ദകാലങ്ങൾ അവളുടെ മുന്നിലൂടെ കടന്നുപോയിരുന്നു. അതിലൊന്നും ചേരാതെ ആതുരസേവനത്തിനായി ജീവിതം ഉഴിഞ്ഞുവയ്ക്കാൻ തീർച്ചപ്പെടുത്തി. ആ മുഖത്തെ തേജസ്സ് അചഞ്ചലമായ വിശ്വാസത്തിൽനിന്നുളവാകുന്നതാണ് - സമസൃഷ്ടി സ്നേഹസേവനം!

ആരും അറിഞ്ഞിട്ടുണ്ടാവില്ല, അവളുടെ മനസ്സിൽ ഒളിഞ്ഞിരിക്കുന്ന നിധിയെന്തെന്ന്. ഹാ, പറഞ്ഞിട്ടെന്തുകാര്യം, ഇനി അതറിയാൻ ആർക്കും ആവില്ലല്ലോ.

അല്ല, അതിനി അറിഞ്ഞിട്ടെന്തുകാര്യം? ഇതാ അവൾ സ്വയം ബലിയർപ്പിച്ചുകഴിഞ്ഞിരിക്കുന്നു!

ലജ്ജാവതിയായിരുന്നു ആ മഹതി. നന്ദിപറയുന്നവരിൽനിന്നും അവൾ ഒഴിഞ്ഞുനിന്നു. എന്നാൽ ഇപ്പോൾ വ്രെവ്സ്കായയുടെ മൃതശരീരത്തിനുമുന്നിൽ കൃതജ്ഞതാനിർഭരമായ മനസ്സോടെ നില്ക്കാൻ ആരുമുണ്ടാവില്ല എന്നതാണ് ക്രൂരവും ദയനീയവുമായ വസ്തുത.

- ആ മഹതിയുടെ ജീവിച്ചിരുന്ന കാലങ്ങളിലെ യാതനാനിർഭരമായ ത്യാഗപരിശ്രമങ്ങളോർക്കാൻ, ആദരിക്കാൻ, ഞാൻ ധൈര്യപ്പെടുന്നു. അവളെ അടക്കം ചെയ്ത ശവക്കല്ലറയിൽ, തെല്ലു വൈകിപ്പോയെങ്കിലും, ഞാനീ പൂക്കൾ സമർപ്പിക്കുകയാണ്: പ്രിയ വ്രെവ്സ്കായ, നിന്റെ ആത്മാവ് എനിക്ക് മാപ്പു നല്കട്ടെ.

അവസാനത്തെ കൂടിക്കാഴ്ച

(തുർഗനേവിന്റെ സാഹിത്യപരിശ്രമങ്ങളിൽ ഏറെ പിന്തുണച്ചിരുന്ന സുഹൃത്തായിരുന്നു നെക്രാസോവ്. റഷ്യൻസാഹിത്യത്തിലെ ഒരു വിശേഷശക്തിയും കവിയും പത്രാധിപരുമായിരുന്നു നെക്രാസോവ്. അദ്ദേഹം മരണക്കിടക്കയിലായിരിക്കെ 1872 ജൂൺമാസത്തിൽ തുർഗനേവ് അവസാനത്തെ കൂടിക്കാഴ്ച നടത്തി. 1883 ജനുവരി 8 ന് നെക്രാസോവ് മരിച്ചു. ആ വർഷം ഏപ്രിലിലാണ് സുഹൃദ് വിയോഗത്തെപ്പറ്റിയുള്ള ഈ കവിത എഴുതിയത്.

നെക്രാസോവ് നടത്തിക്കൊണ്ടിരുന്ന മാസികയിലൂടെയായിരുന്നു തുർഗനേവിന്റെ സാഹിത്യപ്രകാശനങ്ങൾ. കുറേക്കാലത്തിനുശേഷം ഈ മാസികയുമായും ചിരകാല സുഹൃത്തായ നെക്രാസോവുമായും തുർഗനേവ് സമ്പൂർണ്ണമായും അകന്നു. അവർ തമ്മിൽ കടുത്ത പിണക്കമായി. അതിന് പിന്നീട് മാറ്റമുണ്ടായില്ല. ആ ബദ്ധവിരോധത്തിന്റെ ഫലമായുള്ള സങ്കടമാണ് ഈ കവിതയിൽ പ്രതിഫലിക്കുന്നത്.)

ഒരു കാലത്ത് ഞങ്ങളിരുവരും ആത്മാർത്ഥമിത്രങ്ങളായിരുന്നു. എന്തുപറയാനാണ് - ദൗർഭാഗ്യകരമായ ഒരുനിമിഷം എല്ലാം തകർത്തു കളഞ്ഞു. ഞങ്ങൾ ബദ്ധവൈരികളായി.

പിന്നെ ഏറെക്കാലം കഴിഞ്ഞ്, അദ്ദേഹം വസിക്കുന്ന പട്ടണത്തിൽ ഞാനെത്തി. അദ്ദേഹം ദീനനായി കിടക്കയാണെന്ന് അറിഞ്ഞിരുന്നു. എന്നെ കാണണമെന്നാവശ്യപ്പെടുന്നതായും അറിഞ്ഞു.

ഞാൻ ആ സുഹൃത്തിന്റെ വീട്ടിലെത്തി. ശയനമുറിയിൽ കയറി... ഞങ്ങളുടെ കലുഷമായ മിഴികൾ കൂട്ടിമുട്ടി. അദ്ദേഹത്തെ തിരിച്ചറിയാൻ തന്നെ പാടുപെട്ടു. ഈശ്വരാ, ദീനം ഈ മനുഷ്യനെ ഇങ്ങനെയാക്കിക്കളഞ്ഞല്ലോ!

ശരീരം ചുക്കിച്ചുളിഞ്ഞിരിക്കുന്നു. മഞ്ഞളിപ്പ് പടർന്നിട്ടുണ്ട്. തലമുഴുവൻ കഷണ്ടി. മെലിഞ്ഞ താടി. മുൻവശം നീളത്തിൽ കീറിയൊരു ഷർട്ടും ധരിച്ച് എന്റെ സുഹൃത്ത് ഇരിക്കുകയാണ്. ലോലമായൊരു കനം പോലും താങ്ങാൻ വയ്യാതായിരിക്കുന്ന ശരീരം. അത്രമേൽ മെലിഞ്ഞുപോയിരിക്കുന്നു കൈകൾ- ഏതോ ജന്തു കാർന്നു തിന്നതുപോലെ. വിറച്ചുവിറച്ച് അദ്ദേഹം കൈനീട്ടി. എന്തോ പറയുന്നുണ്ടായിരുന്നു- സ്വാഗതമാണോ ഭർത്സനമാണോ-അത്രയ്ക്ക് അവ്യക്തമായിരുന്നു ആ ശബ്ദം. പിന്നെ, ചുങ്ങിപ്പോയ ആ നെഞ്ചൊന്നുയർന്നു താണു. വേദനയുടെയും അസ്ക്യതയുടെയും ആഴങ്ങളിൽനിന്ന് ഉയർന്നുവന്ന കണ്ണീർക്കണങ്ങൾ, കാഴ്ചയറ്റുകൊണ്ടിരിക്കുന്ന ആ മിഴികളിൽ ഞാൻ കണ്ടു.

വെമ്പിയും വീർപ്പിട്ടും അസ്വസ്ഥപ്പെട്ടും ഞാൻ അടുത്തുള്ള കസേരയിൽ ഇരുന്നു. ബീഭത്സവും കരുണവും മാറിമാറി പ്രതിഫലിക്കുന്ന ആ രൂപത്തിനു മുമ്പിൽ എന്റെ കണ്ണുകൾ കുമ്പിട്ടുനിന്നു. അറിയാതെയറിയാതെ ഞാനും കൈനീട്ടി. പക്ഷേ, എന്റെ കരം ഗ്രഹിച്ചത് അദ്ദേഹത്തിന്റെ കൈയല്ല, മറ്റേതോ കരമാണെന്ന് എനിക്കുതോന്നി.

എനിക്കു തോന്നി, ഞങ്ങൾക്കുമദ്ധ്യേ എകരംകൂടിയ, വെളുത്ത, ഒരു വനിത അനങ്ങാതെ ഇരിപ്പുണ്ടെന്ന്; ഒരു നീളൻ വസ്ത്രത്താൽ അവൾ ആപാദചൂഢം മൂടിയിരിക്കുന്നുവെന്ന്; ശൂന്യതയിലേയ്ക്കുറ്റുനോക്കിക്കൊണ്ടിരിക്കയാണ് അവളുടെ കുഴിഞ്ഞുതാഴ്ന്ന് ചൈതന്യലേശമില്ലാത്ത കണ്ണുകളെന്ന്; വിളറിയ, ക്രൗര്യം നിറഞ്ഞ ആ ചുണ്ടുകളിൽനിന്ന് ഒരൊച്ചയും ഉയരുന്നില്ലെന്ന്!

ഏതോ കഷ്ടകാലത്തിനായി ഒരുകാലത്ത് പിരിയേണ്ടിവന്ന ഞങ്ങളുടെ കരങ്ങൾ അവൾ കൂട്ടിച്ചേർത്തിരിക്കുന്നു; എന്നെന്നേക്കുമായി ഞങ്ങൾ ഒന്നിച്ചിരിക്കുന്നു.

ശരിയാണ്, മൃത്യു ഞങ്ങളെ ഒന്നിപ്പിച്ചിരിക്കുന്നു.

അവിചാരിത ദർശനം

(“കല്പനാശക്തി: ഒരു വാവൽ മുറിയിലേക്കു പറന്നുവരുന്നു” എന്നായിരുന്നു ഈ കവിതയുടെ ആദ്യത്തെ പേര്. പിന്നീട് മാറ്റി)

ഇന്ന് മേയ്മാസം ഒന്ന്. പുലർകാലം തെളിഞ്ഞുവരുന്നതേയുള്ളൂ. തുറന്ന ജന്നലിനരികെ ഞാനിരിക്കുന്നു.

സൂര്യൻ ഉദിച്ചിട്ടില്ലെങ്കിലും ഇരുണ്ടു തപ്തമായ രാത്രി, പുലർകാലം വരവായെന്നറിഞ്ഞ് വിളറിത്തണുത്തു തുടങ്ങി.

മഞ്ഞുപൊങ്ങിക്കാണാനില്ല; കാറ്റു വീശുന്നുമില്ല. ആകെക്കൂടി ഒരു നിശ്ചലാവസ്ഥ! പക്ഷേ, പുലർകാലം അടുത്തടുത്തു വരുന്നുണ്ട്. ചുറ്റും നേർത്തുനില്ക്കുന്ന മഞ്ഞേറ്റ് വായു ഈറനാവുന്നുണ്ട്.

പൊടുന്നനെയാണ് ജന്നലിലൂടെ ഒരു കുറ്റൻപക്ഷി ആരവത്തോടെ മുറിയിലേക്ക് പറന്നിറങ്ങിയത്.

എനിക്ക് ചെറിയൊരു ഞെട്ടലുണ്ടായി. സൂക്ഷിച്ചുനോക്കിയപ്പോൾ കണ്ടത്... അതൊരു പക്ഷിയല്ല. പൊന്നോമനച്ചിറകുള്ള ഒരുകൊച്ചു സുന്ദരിയാണത്. അടിമുടി ഒരങ്കിയും അണിഞ്ഞിട്ടുണ്ട്.

മുത്തുച്ചിപ്പിയുടെ നിറമുള്ള ദേവത! പുതുതായി വിടർന്ന റോസാപ്പൂവിന്റെ മൃദുലമോഹനമായ കാന്തി - അവളുടെ ചിറകിന്റെ അടിഭാഗത്ത് വെള്ളാമ്പൽപ്പൂക്കൾകൊണ്ട് അലംകൃതമായ മുടിച്ചുരുളുകൾ. അവളുടെ നെറ്റിത്തടത്തിൽ പാറിക്കളിക്കുന്നു രണ്ടു മയിൽപ്പീലികൾ- ചിത്രശലഭത്തിന്റെ ലോലമായ സ്പർശിനികൾപോലെ.

അവൾ രണ്ടുവട്ടം മേൽത്തട്ടിന് കീഴെ ചിറകടിച്ചു സഞ്ചരിച്ചു. അത്രമേൽ മധുരതരമാണ് ആ മുഖത്തുള്ള മന്ദസ്മിതം. ദേവിയുടെ കരിങ്കൂവളമിഴികൾ എന്നെ നോക്കി പുഞ്ചിരിക്കുകയാണ്. ആനന്ദകരമായ അവളുടെ ഭ്രമണത്തിനിടയിൽ ആ കണ്ണുകൾ തിളങ്ങുന്നു, വജ്രമണികൾ പോലെ.

അവളുടെ കൈയിൽ ഒരു പൂച്ചെണ്ടുണ്ട്. കണ്ടാലൊരു ചെങ്കോലാണെന്നേ തോന്നൂ. (Verbaseum batteria എന്ന പേരുള്ള ഈ പൂവിനെ സാർ ചക്രവർത്തിയുടെ കാലത്ത് 'സാറിന്റെ ചെങ്കോൽ' എന്നാണ് വിളിച്ചിരുന്നത്).

ദ്രുതവേഗത്തിൽ അവൾ തലയ്ക്കുമുകളിലൂടെ പറന്ന് ആ പൂച്ചെണ്ടുകൊണ്ട് എന്റെ ശിരസ്സിൽ ഒന്നുതൊട്ടു.

ഞാൻ അപ്പോൾ അവളുടെ അടുത്തേക്ക് കുതിച്ചു. അപ്പോഴേക്കും പറന്നുപറന്ന്, പറന്നു കളിച്ച് അവൾ വന്നവഴി തന്നെ കുതിച്ചുപോയി.

തോട്ടത്തിലെ 'ലൈലാക്' ചെടിപ്പടർപ്പിൽ ഒരു കാട്ടുപ്രാവ് പുലർകാല വാഴ്ത്തുകളാൽ ദേവിയെ വരവേറ്റു. അതാ, വായുമണ്ഡലത്തിൽ അവൾ അപ്രത്യക്ഷമായ ഇടം തന്നെ അക്കാണുന്നത് - അവിടെ വെളുവെളുന്നനെയുള്ള ആകാശത്തിന്റെ മോഹനമുഖം തുടുത്തുനില്ക്കുന്നുവല്ലോ!

ഹേ, സങ്കല്പങ്ങളുടെ ദേവതേ, എനിക്കു നിന്നെ അസലായറിയാം. എത്ര ദുർല്ലഭം നിന്റെ ദർശനം! എത്ര അവിചാരിതം നിന്റെ ആഗമനം!

എനിക്ക് ദർശനം നല്കിയശേഷം ചെറുപ്പക്കാരായ കവികളെ കാണാനായി പോയതാവണം, അവൾ.

ഹേ, കവിതാദേവതേ, സൗന്ദര്യപൂരമേ, നിത്യകന്യകേ, വസന്തം സമാരംഭിക്കുന്ന ഈ പുലർവേളയിൽ ഒരു ഞൊടിനേരമെങ്കിലും എന്റെ മുന്നിലും നീ പ്രത്യക്ഷപ്പെട്ടുവല്ലോ!

ആവശ്യം സ്വാതന്ത്ര്യത്തെ അടിമപ്പെടുത്തുന്നു (ഒരു ചുമർചിത്രം)

ഒരു വൃദ്ധ. അവർക്ക് നല്ല പൊക്കമുണ്ട്. മുഖം കാരിരുമ്പുപോലെ; ചലിക്കാത്ത ദൃഷ്ടി. ഉണക്കക്കൊമ്പുപോലെയുള്ള കൈ. ആ കൈ കൊണ്ടു മുന്നിൽനില്ക്കുന്ന ഒരുവളെ ഉന്തിയുന്തി മുമ്പോട്ടുകൊണ്ടു പോകയാണ് ആ പൊക്കക്കാരി.

ഉന്തലിന് വിധേയയായ രണ്ടാമത്തവൾക്ക് തടിച്ചു തിടം വെച്ച ശരീരമാണ്. മാംസപേശികൾ ഹെർക്കുലിസിന്റേതുപോലെ. വണ്ണംവെച്ച കഴുത്തിൻ മേൽ നന്നേ ചെറുതായൊരു തല; അവളുടെ കണ്ണുകൾക്ക് കാഴ്ച ശക്തിയില്ല - ഈ രണ്ടാമത്തവൾ തന്റെ മുമ്പിൽനില്ക്കുന്ന ഇളം തടിയായ ഒരു പെൺകിടാവിനെ മുമ്പോട്ടു തള്ളി, നീങ്ങുകയാണ്.

ഇക്കൂട്ടത്തിൽ ഇപ്പറഞ്ഞ പെൺകിടാവിനുമാത്രമേ കാഴ്ചശക്തിയുള്ളൂ. അവളോ മുമ്പോട്ടു നീങ്ങാൻ കൂട്ടാക്കുന്നുമില്ല. അവൾ കൂടെക്കൂടെ തിരിഞ്ഞുനോക്കി ലോലമായ കൈകൾ പൊന്തിച്ച് എതിർപ്പ് പ്രകടിപ്പിക്കുന്നതുകാണാം. ഹോ, എന്തൊരു ചൈതന്യമാണ് ആ പെൺകിടാവിന്റെ മുഖത്ത്! ആ മുഖത്ത് അക്ഷമയും ധീരതയുമാണ് കളിയാടുന്നത്. അനുസരണ കാട്ടാൻ അവൾക്ക് മനസ്സില്ല. ആ രണ്ടുപെണ്ണുങ്ങൾ ഉന്തുന്നിടത്തേക്ക് പോകാൻ അവൾക്കു മനസ്സില്ല... പക്ഷേ, അവൾക്ക് അനുസരിക്കാതിരിക്കാൻ ആവില്ലല്ലോ!

(Necessitas-vis-Libertas! എന്ന ചൊല്ല് എഴുതി കവി, രംഗം അവസാനിപ്പിക്കുന്നു. ശേഷിയുള്ളവർ ഈ ചൊല്ല് വിവർത്തനം ചെയ്തെടുക്കട്ടെ എന്നും തുർഗനേവ് കുറിച്ചിടുന്നു). ഇവിടെ, ആ പെൺകിടാവിന് ആവശ്യം സ്വന്തം സ്വാതന്ത്ര്യമാണ്. പക്ഷേ, ആ രണ്ടു സ്ത്രീകൾക്ക് വേണ്ടത് അവരുടെ ആവശ്യം നിറവേറ്റലാണ്. അവരുടെ ആവശ്യത്തിനു മുൻപിൽ ആ പെൺകിടാവിന്റെ സ്വാതന്ത്ര്യേച്ഛ കീഴ്പ്പെട്ടുപോകുന്നു.

"ആവശ്യം സ്വാതന്ത്ര്യത്തെ അടിമപ്പെടുത്തുന്നു."

ഭിക്ഷ

നഗരസമീപത്തുള്ള രാജപാതയിലൂടെ ദീനനായ ഒരു വൃദ്ധൻ നടന്നുപോകുന്നു.

നടക്കുന്നത് വേച്ചുവേച്ചാണ്. പ്രായക്കൂടുതലുണ്ട്. കൈകാലുകൾ ചുക്കിച്ചുളിഞ്ഞിരിക്കുന്നു. ഇടറിയും പതറിയും ഇടയ്ക്കിടെ വീണും വേദനിച്ചുമാണ് അയാൾ പോകുന്നത്. കൈകാലുകളൊന്നും തന്റേതല്ലെന്നു തോന്നിക്കുന്ന മട്ടിലാണ് ആ നടത്തം. ഉടുതുണി കീറിപ്പറിഞ്ഞ് അങ്ങിങ്ങു തൂങ്ങിക്കിടക്കുന്നു. ശിരസ്സ് നെഞ്ചോളം കുനിഞ്ഞുപോയിരിക്കുന്നു...

കുറച്ചുദൂരം പിന്നിട്ട് അയാൾ വഴിയോരത്തൊരു കല്ലിൽ ഇരിപ്പായി. കൈമുട്ടുകൾ കാൽമുട്ടുകളിൽ ഊന്നി, തല മുമ്പോട്ടു കുനിച്ച് ഇരുകൈത്തലംകൊണ്ടും അയാൾ മുഖം പൊത്തി ഇരിപ്പായി. ആ മെലിഞ്ഞ കൈവിരലുകൾക്കിടയിലൂടെ കണ്ണുനീർക്കണങ്ങൾ ഉതിർന്ന് പൊടിപാറുന്ന ചെമ്മണ്ണിൽ പതിച്ചു.

ഓർക്കുകയാണ് പൊയ്പ്പോയ കാലങ്ങൾ. സമ്പന്നനും ആരോഗ്യവാനുമായി ജീവിച്ച രമണീയകാലം. പിന്നെ, തന്റെ ആരോഗ്യം വഷളാക്കിയതും താൻ തന്നെ. ധനം മുഴുവൻ കൈയും കണക്കുമില്ലാതെ ചെലവഴിച്ചതും താൻ തന്നെ. ആർക്കുവേണ്ടി?- മറ്റുള്ളവർക്കുവേണ്ടി. അതിൽ ശത്രു-മിത്രഭേദം ഉണ്ടായിരുന്നില്ല.

ഇപ്പോൾ എന്തായി? വിശപ്പുതീർക്കാൻ ഒരു അപ്പക്കഷണം പോലും ഇല്ലാതായി. കൂട്ടുകാരും ശത്രുക്കളും അയാളെ കൈവിട്ടു - ആത്മമിത്രങ്ങൾ ആത്മശത്രുക്കൾക്കുമുമ്പേതന്നെ കൈവിട്ടുപോയി... ഇനി ഭിക്ഷയാചിച്ചുനടക്കയാണോ വേണ്ടത്? അതോർത്തപ്പോൾ ഹൃദയത്തിലൂടെ ഒര ഖഡ്ഗമുന ഇറങ്ങിവന്നപോലെ തോന്നി അയാൾ നടുങ്ങി; ദുസ്സഹമായ ലജ്ജ അയാളെ പൊതിഞ്ഞു.

വിരൽപ്പഴുതുകളിലൂടെ കണ്ണീർ വീഴുന്തോറും ആ ചെമ്മണ്ണ് കുതിർന്നുകൊണ്ടിരുന്നു. പൊടുന്നനെ, അയാളുടെ പേര് ആരോ വിളിക്കുന്നതു കേട്ടു. കൈത്തലത്തിൽനിന്ന് മുഖമുയർത്തിനോക്കിയപ്പോൾ മുമ്പിൽനില്ക്കുന്നു ഒരു അപരിചിതൻ.

ശാന്തഗംഭീരമാണ് അപരിചിതന്റെ മുഖം. പ്രസരിപ്പില്ലെങ്കിലും തെളിമയുള്ള കണ്ണുകൾ. ദയാമയമായ, എന്നാൽ തീക്ഷ്ണമായ നോട്ടം.

“താങ്കൾ ധനവാനായിരുന്നു. സമ്പത്തൊക്കെ അന്യർക്കായി ചെലവാക്കി... എന്നാൽ ആ പരോപകാരകർമ്മങ്ങളോർത്ത് ഒട്ടും പശ്ചാത്തപിക്കുന്നുണ്ടാവില്ലല്ലോ” - ശാന്തഗംഭീരമായി അപരിചിതൻ പറഞ്ഞു.

“ഇല്ല” എന്നു മറുപടി പറഞ്ഞു; ഒപ്പം ഒരു നിരാശകലർന്ന നെടുവീർപ്പോടെ തുടർന്നു: “പക്ഷേ, നോക്കു, ഈ വിധത്തിലായിത്തീർന്ന് മരിക്കേണ്ടിവരുന്നല്ലോ, എനിക്ക്!”

“താങ്കളുടെ മുമ്പിൽ കൈനീട്ടിനില്ക്കാൻ അഗതികളും അനാഥരും ഇല്ലായിരുന്നെങ്കിലോ? ഉദാരമനസ്കനാകാനും ഔദാര്യം കാണിക്കാനും അവസരം ഉണ്ടാകുമായിരുന്നില്ലല്ലോ... സൽപ്രവൃത്തികൾ ചെയ്തത് അതുകൊണ്ടാണല്ലോ.”

അതുകേട്ട് വൃദ്ധൻ ഒന്നും പറഞ്ഞില്ല. അയാൾ എന്തോ ആലോചിക്കുകയായിരുന്നു.

അപ്പോൾ അപരിചിതൻ വിടാതെ തുടർന്നു: “ആകയാൽ ഇപ്പോൾ നിങ്ങൾക്കും അഭിമാനിയാകേണ്ടുന്ന കാര്യമില്ല, പാവം മനുഷ്യാ. ചെല്ലൂ, കൈനീട്ടി ‘ധർമ്മം തരണേ’ എന്നു യാചിക്കാൻ. മുമ്പു നിങ്ങൾക്കു ദാനധർമ്മം ചെയ്യാൻ അവസരം ഏറെ കിട്ടിയല്ലോ. അതുപോലെ അവർക്കും ഒരവസരം കൊടുക്കൂ; അവരും നല്ല മനഷ്യരാണെന്ന് സൽക്കർമ്മങ്ങളിലൂടെ തെളിയിക്കട്ടെ.”

ആ ഉപഹാസസ്വരം കേട്ട് വൃദ്ധൻ ഞെട്ടിത്തരിച്ചു. തലപൊക്കി നോക്കിയപ്പോഴേക്കും ആ അപരിചിതൻ പോയ്മറഞ്ഞിരുന്നു. ആ സമയത്ത്, ദൂരെ നിന്ന് വേറൊരാൾ തന്റെ അടുത്തേക്കു വരുന്നത് ആ വൃദ്ധൻ കണ്ടു.

അതൊരു വഴിപോക്കനായിരുന്നു. വൃദ്ധൻ അയാളുടെ അടുത്ത് ചെന്ന് കൈനീട്ടി യാചിച്ചു. ആ വഴിയാത്രക്കാരൻ മുഖം കറുപ്പിച്ച് കടന്നു പോയി.

അല്പനേരം കഴിഞ്ഞ് മറ്റൊരാൾ ആ വഴിയിലൂടെ വന്നു. അയാൾ എന്തോ കാശ് ആ വൃദ്ധന് ഇട്ടുകൊടുത്തു.

ആ ചില്ലറനാണയംകൊണ്ട് വൃദ്ധൻ ആഹാരം മേടിച്ചുകഴിച്ചു. മുമ്പൊരിക്കലും അനുഭവപ്പെടാത്ത രുചിയായിരുന്നു ആ ആഹാരത്തിന്! അതോടെ അയാളെ വരിഞ്ഞുകെട്ടിയിരുന്ന ലജ്ജയും അപമാനവും മറഞ്ഞുപോയി. ആ യാചകഹൃദയം ഉന്മേഷംകൊണ്ടു-ശാന്തതയാൽ നിർവൃതിയാൽ.

സ്വപ്നത്തിലെ സന്ദർശകൻ

ഞാനൊരു സ്വപ്നം കണ്ടു - വലിയൊരുമുറി. അതിന്റെ ജനലുകൾ തുറന്നിട്ടിരിക്കുന്നു. സ്ത്രീകളും പുരുഷന്മാരുമായി ആ മുറിയിൽ ഇരുപതോളം പേരുണ്ടാവും; കൂട്ടത്തിൽ ഞാനുമുണ്ട്. വൃദ്ധരും ചെറുപ്പക്കാരും കുഞ്ഞുങ്ങളുമൊക്കെയുണ്ട്. കൂട്ടത്തിലെല്ലാവർക്കും പൊതുവെ അറിയാവുന്ന ഒരു കാര്യത്തെക്കുറിച്ച് ബഹളം കൂട്ടി സംസാരിച്ചുകൊണ്ടിരിക്കയാണ് ഞങ്ങൾ. പെട്ടെന്ന് ഇരമ്പത്തോടെ വലിയൊരു പ്രാണി അകത്തേക്ക് പറന്നുവന്നു. അതു വട്ടംചുറ്റിപ്പറന്നു. പിന്നെ ചുമരിൽ ചെന്ന് ഇരിപ്പായി.

കണ്ടാൽ അതൊരു നനുന്ന കിളിയെപ്പോലെ, അല്ലെങ്കിൽ കടന്നലിനെപ്പോലെ. ചേറിന്റെ നിറമാണ്. ചിറകുകൾ പരന്നു തടിച്ചത്, ദേഹവും അങ്ങനെതന്നെ. വിടർന്ന തൂവലുകൾ, നീണ്ടുവളഞ്ഞ കനത്ത തല, നഖങ്ങൾ- എല്ലാം കൂടി ഒരു കുതിരയീച്ചയുടെ ആകൃതി! അതിന്റെ നഖത്തിനും തലയ്ക്കും കടും ചുവപ്പുനിറമാണ്-ചോരയിൽ മുക്കിയെടുത്ത പോലെ.

അതാ ഇരിക്കുന്നു എപ്പോഴും തല ഇടം വലം മാറിമാറിചലിപ്പിച്ചുകൊണ്ട് ആ ഭീകരൻ! നീണ്ടു കൂർത്ത നഖങ്ങൾ ഇളക്കിക്കൊണ്ടിരിക്കുന്നു... പൊടുന്നനെ അത് ഭിത്തിയിൽനിന്ന് ചാടി ഭീകരാരവത്തോടെ മുകളിലൂടെ പറക്കുകയായി. പിന്നെ വീണ്ടും ചുമരോരത്തു ചെന്നിരിക്കുകയും ചെയ്തു. ഇരുത്തത്തിന്റെ പിടുത്തം വിടാതെ ഞെളിപിരികൊള്ളുകയാണ്, ആ ഭീകരപ്രാണി. ഹാ, അറപ്പുതോന്നിപ്പിക്കുന്നു. വെറുപ്പോടെ, അറപ്പോടെ ഞങ്ങൾ അതിനെ നോക്കി. മുമ്പൊരിക്കലും ഇങ്ങനെയൊന്നിനെ കണ്ടിട്ടേയില്ല. “ഇതിനെ ഇവിടെനിന്ന് ഇപ്പോൾ തന്നെ ആട്ടിയോടിക്കണം”-എല്ലാവരും പറഞ്ഞു. ഓരോരുത്തരും

കൈയിലെ ടവൽ വീശിക്കൊണ്ട് ആട്ടിയകറ്റാൻ ശ്രമിച്ചു. അടുത്തേക്ക് ചെല്ലാൻ ആർക്കും ധൈര്യം വന്നില്ല. അതിന്റെ ഓരോ പറക്കലിൽനിന്നും ഞങ്ങൾ അകന്നുമാറി.

അപ്പോൾ ഞങ്ങളുടെ സംഘത്തിലെ ഒരുത്തൻ മറ്റുള്ളവരെയൊക്കെ തുറിച്ചുനോക്കുന്നുണ്ടായിരുന്നു. വിളറിയ ആ യുവാവിന് ഞങ്ങളുടെ ഒച്ചപ്പാട് എന്തിനെന്നു മനസ്സിലായില്ല. ശ്ശെടാ, ഇവന്മാർക്കും ഇവൾമാർക്കും ഇതെന്തുപറ്റി എന്ന് അത്ഭുതപ്പെട്ട് ഒരു പുച്ഛത്തോടെ പുഞ്ചിരിച്ച് രണ്ടു ചുമലും കുലുക്കി നില്ക്കുകയാണ് അവൻ.

അവന്റെ കാഴ്ചയിൽ ആ പ്രാണിയില്ല. അവന്റെ കാതിൽ മുഴങ്ങുന്നില്ല അതിന്റെ ദുശ്ശകുനച്ചിറകടികൾ. അതുകൊണ്ടാകാം ആ പ്രാണി ഇപ്പോൾ അവനെത്തന്നെയാണ് ഉറ്റുനോക്കുന്നത്. പെട്ടെന്ന് ഭിത്തിയിൽനിന്ന് അതു ഒറ്റക്കുതിപ്പിന് അവന്റെ തലയിൽത്തന്നെ വീണു. പിന്നെ താമസിച്ചില്ല അവന്റെ നടുനെറ്റിയിൽ ആഞ്ഞു കുത്തുകയും ചെയ്തു. പാവം ആ പുച്ഛരസക്കാരനായ ചെറുപ്പക്കാരൻ ചെറുതായൊന്നു ഞരങ്ങി, മരിച്ചുവീണു.

ഞൊടിയിടയിൽ ആ ജീവി അപ്രത്യക്ഷമായി. അപ്പോൾ ഞങ്ങൾക്കു മനസ്സിലായി, ആ സന്ദർശകൻ ആരായിരുന്നുവെന്ന്!

കാബേജ് സൂപ്പ്

ആ ചെറുപ്പക്കാരൻ മരിച്ചു.

ഒരു കർഷകവിധവയുടെ ഏകമകനാണവൻ. ഇരുപതുവയസ്സുകാരൻ. ആ നാട്ടിൻപുറത്തെ സമർത്ഥനായ കായികാദ്ധ്വാനിയാണവൻ.

ശവസംസ്കാരം കഴിഞ്ഞു. അന്നേദിവസം തന്നെ ഗ്രാമാധിപ വിവരമറിഞ്ഞ് അവന്റെ അമ്മയെ സന്ദർശിച്ചു.

അവന്റെ അമ്മ വീട്ടിലുണ്ടായിരുന്നു. എന്താണവൾ ചെയ്യുന്നത്?- ആ കുടിലിന്റെ ഒത്തനടുക്ക് നിന്ന്, കരിപിടിച്ച കലത്തിന്റെ അടിയിൽനിന്ന് കാബേജു സൂപ്പ് വലംകൈകൊണ്ട് ഒരു തവി ഉപയോഗിച്ച് കോരിക്കുടിക്കുകയാണ്. അവളുടെ ഇടം കൈ ചലനമറ്റു തൂങ്ങിക്കിടക്കുകയാണ്.

ആ വിധവയുടെ മുഖം കരിവാളിച്ച് ഒട്ടിയിരിക്കുന്നു. കണ്ണുകൾ കലങ്ങി വീർത്തിരിക്കുന്നു... പക്ഷേ, നില്പ് ക്രിസ്തുവിന്റെ പള്ളിയിലെന്നപോലെ നിവർന്ന്...

എന്താണവൾ ചെയ്യുന്നത്? ഗ്രാമാധിപ ആലോചിച്ചു: "ഈശോയേ, ഇങ്ങനെ ദുഃഖകരമായ ഒരു സമയത്ത് ഇവൾക്കെങ്ങനെ ആഹാരം കഴിക്കാൻ പറ്റുന്നു! ഇവളെപ്പോലുള്ളവർ എത്ര അധമരാണ്! അല്ലെങ്കിലും ഇവറ്റകളൊക്കെ ഇങ്ങനെത്തന്നെ!"

ഗ്രാമാധിപ ഓർത്തു: കുറേകൊല്ലങ്ങൾക്കു മുമ്പാണല്ലോ തന്റെ ഒൻപതു മാസം മാത്രം പ്രായമുള്ള ഒരു മകൾ മരിച്ചത്. താങ്ങാവതായിരുന്നില്ല ആ ദുഃഖം. കടുത്ത ഉഷ്ണകാലത്ത് ആ നൊമ്പരം അനുഭവിച്ചുകൊണ്ട് പട്ടണത്തിൽത്തന്നെ കഴിച്ചുകൂട്ടി. ശീതളവും ഉദ്യാനസമേതവുമായ ഒരു വിശ്രമസങ്കേതത്തിലേക്കുള്ള ക്ഷണം തട്ടിമാറ്റിയാണ് അന്ന് താൻ ദുഃഖത്തിൽ മുഴുകിയത്.

ദരിദ്രയായ കർഷകവിധവയാകട്ടെ കാബേജുസൂപ്പിൽ മുഴുകിയിരിക്കയാണ്.

എന്നാൽ ആ പ്രമാണിസ്ത്രീക്ക് കർഷകവിധവയുടെ പ്രവൃത്തി തീരെ സഹിച്ചില്ല. അവർ പറഞ്ഞു: "തത്യാനാ! നിന്റെ പ്രവൃത്തി എനിക്കമ്പരപ്പുണ്ടാക്കുന്നു! നിന്റെ മകനോട് നിനക്ക് തെല്ലും വാത്സല്യമുണ്ടായിരുന്നില്ലേ? എങ്കിൽ നീ നിന്റെ വിശപ്പു മറക്കേണ്ടതായിരുന്നു. ഈ കഷ്ടസ്ഥിതിയിൽ നിനക്കെങ്ങനെ സൂപ്പ് കുടിക്കാൻ തോന്നുന്നു?"

ഉടനെ, തത്യാന ദുർബ്ബലമായി നേർത്ത സ്വരത്തിൽ പറഞ്ഞു:

"എന്റെ മോൻ വാസിയാ എന്നെന്നേക്കുമായി പോയി."

ആ അമ്മയുടെ ഒട്ടിയ കവിളിലൂടെ ഉതിർന്നുവീണു, പുത്രദുഃഖത്തിന്റെ കയ്പുമുറ്റിയ കണ്ണുനീർ:

"അതെ, ഇതോടെ എന്റെ അന്ത്യവുമായി. ഈ വേർപാടിന്റെ ദുഃഖം എന്റെ ഹൃദയത്തെ എന്നിൽനിന്നും വലിച്ചുപറിച്ചു കളയുന്നു. എന്നിരിക്കിലും, ഈ സൂപ്പ് നഷ്ടപ്പെടുത്താനെനിക്കാവില്ല. എന്തെന്നാൽ രുചിച്ചു നോക്കൂ, ഇതിൽ ഉപ്പുണ്ട്."

അതുകേട്ട്, തോളും കുലുക്കി, ഗ്രാമാധിപ അവിടെനിന്നിറങ്ങി. അവർക്കൊന്നും ഉപ്പിനുവേണ്ടി കഷ്ടപ്പെടേണ്ടതില്ലല്ലോ.

ദത്ത്

റോത്ത് ഷൈൽഡിന് അളവറ്റ വരുമാനമുണ്ട്. ആദായത്തിൽനിന്ന് ഏത്രയോ കുട്ടികളുടെ വിദ്യാഭ്യാസത്തിനായും രോഗികളുടെ ചികിത്സയ്ക്കായും ചെലവഴിക്കുന്നു. - ആളുകളെല്ലാം ഈ ഔദാര്യത്തെക്കുറിച്ച് പുകഴ്ത്തുന്നത് ഞാനും കേൾക്കുന്നുണ്ട്. അദ്ദേഹത്തോട് എനിക്ക് ബഹുമാനമേയുള്ളൂ. ആ ആർദ്രപ്രവൃത്തികൾ എന്റെ ഹൃദയത്തെ ആഴത്തിൽ വശീകരിച്ചിട്ടുണ്ട്.

ഇതിനോടു തട്ടിച്ചുനോക്കാനാവില്ലെങ്കിലും മറ്റൊരു സംഭവമാണോർമ്മവരുന്നത്: അച്ഛനും അമ്മയും നഷ്ടപ്പെട്ട് അനാഥയായ ഒരു അനന്തരവളെ പാവപ്പെട്ടൊരു കർഷകകുടുംബം അവരുടെ പൊളിഞ്ഞ കുടിലിലേക്ക് ദത്തെടുക്കുവാൻ തീരുമാനിച്ചു - പിന്നെ ആ കുടിലിൽ ഉണ്ടായ പ്രതികരണങ്ങൾ കേട്ടോളൂ:

“ആ കുട്ടിയെ നമ്മുടെ കുടിലിലേക്കു കൊണ്ടുവന്നാൽ അവസാനത്തെ ചില്ലിക്കാശുകൂടി അവൾക്കായി ചെലവഴിക്കേണ്ടിവരും. പിന്നെ ഇത്തിരി ഉപ്പിനുപോലും ക്ഷാമമാവും”- അവിടത്തെ കുടുംബനാഥ പറഞ്ഞു.

“ഹോ, ശരിതന്നെ, ശരിയായിരിക്കാം; അങ്ങനെയെങ്കിൽ നമുക്കിനി ഉപ്പും വേണ്ടെന്നു വയ്ക്കണം.” - കുടുംബനാഥനായ കർഷകൻ തീർപ്പുകല്പിച്ചു.

ആലോചിച്ചു നോക്കിൻ: മനസ്സലിവിന്റെ കാര്യത്തിൽ, ആ കർഷകനിൽനിന്നും എത്രയോ ദൂരം പിറകിലല്ലോ റോത്ത് ഷൈൽഡ് എന്ന കുബേരൻ!

പാവം വയസ്സാ, മുൻപോട്ടു നോക്കരുത്

ഓരോ ദിവസവും ഇരുട്ടുകൂടിവരുന്നു, ദുഃഖങ്ങൾ പെരുകുന്നു... താൻ നെഞ്ചേറ്റിലാളിക്കുന്ന എത്രയോ പേരുടെ ദുരിതങ്ങളാണ് കൺ മുൻപിൽ. വാർദ്ധക്യത്തിന്റെ ഇരുട്ടും ഹേമന്തശൈത്യവുമാണ് മുൻപിൽ. അകംപുറം മറന്ന് എല്ലാറ്റിനെയും സ്നേഹിച്ചു; സ്വയംസമർപ്പിതനായി -ഇന്ന് എല്ലാം തകർന്നടിയുകയാണ്, എല്ലാ വഴികളും തകർന്നടിയുക യാണ്.

കരയണോ, അലറി ആവലാതിപ്പെടണോ? - അതുകൊണ്ടൊന്നും ഒരുപകാരവും തനിക്കുമില്ല, മറ്റുള്ളവർക്കുമില്ല.

ഉണക്കം പിടിച്ച് വരണ്ടുചുങ്ങി വളഞ്ഞുകൊണ്ടിരിക്കുന്ന വൃക്ഷ ത്തിന് ഇലകൾ കുറവായിരിക്കും; ഉള്ളവ തന്നെ നന്നേ ചെറുതുമായി രിക്കും. പക്ഷേ, ആ ഇലകൾക്കു പച്ചനിറം തന്നെ - മറ്റെല്ലാ ഇലക ളെയും പോലെ.

സ്വയം ഉള്ളിലേക്ക് വലിയുക, ഓർമ്മകളിലേക്ക് ഒതുങ്ങിക്കൂടുക. അവിടെ ആത്മാവിന്റെ അത്യഗാധസ്ഥലികളിൽ ആത്മാഭിമുഖമായി കഴി യുക. കഴിഞ്ഞകാലങ്ങളുടെ താക്കോൽ കൈയിലുണ്ടല്ലോ. ആത്മാഭി മുഖമായ വേളയിൽ ആ ഭൂതകാലം തന്റെ മുമ്പിൽ ദീപ്തി ചൊരിയും - പച്ചത്തഴപ്പിന്റെ കാന്തിയോടെ, സമ്പൂർണ്ണ സുഗന്ധത്തോടെ, വസന്ത നൈസർഗ്ഗികതകളോടെ.

- അനാഥമാകുന്ന ആ വൃദ്ധജീവിതത്തിന് ഒരു താക്കീതു കൊടു ക്കാനുണ്ട്:

അഗതിയായ വൃദ്ധാ, സൂക്ഷിക്കുക - നിന്റെ മുമ്പിലേക്കു മാത്രം കണ്ണയക്കരുത്.

വാർത്താലേഖകൻ

രണ്ടു സുഹൃത്തുക്കൾ ചായ കുടിച്ചുകൊണ്ടിരിക്കുമ്പോഴാണ്, തൊട്ടടുത്ത തെരുവിൽ നിന്നൊരു ബഹളം കേട്ടത്. ദീനമായ ഞരക്കങ്ങൾ, കോപാക്രാന്തമായ ശകാരങ്ങൾ, പുച്ഛരസത്തോടെയുള്ള ചിരികൾ എല്ലാം കാതിലലയ്ക്കുന്നുണ്ട്.

ഒരു സുഹൃത്ത് ക്ഷമകെട്ട് ജനലിലൂടെ നോക്കി, പറഞ്ഞു: "അവിടെ ആരൊക്കെയോ ചേർന്ന് ഒരാളെ അടിക്കുകയാണ്."

മറ്റേ സുഹൃത്ത് ചോദിച്ചു: "കള്ളപ്പുള്ളിയോ കൊലപാതകിയോ മറ്റോ ആണോ? ആട്ടെ, അവൻ എത്ര നീചനായാലും ഇങ്ങനെ ദേഹോപദ്രവം ചെയ്യാൻ പാടില്ല; നീ വാ, അവിടെച്ചെന്ന് നമുക്ക് ആ ഇരയുടെ ഭാഗം ചേരാം."

"കൊലപാതകിയല്ല ഇര."

"അല്ലേ? ചിലപ്പോൾ കള്ളപ്പുള്ളിയാവാം."

"അതുകൊണ്ടൊക്കെ എന്തു വ്യത്യാസം? നമുക്കങ്ങോട്ടു, ചെന്ന് ജനക്കൂട്ടത്തിൽനിന്ന് അവനെ മോചിപ്പിക്കാം."

"കള്ളപ്പുള്ളിയുമല്ല ഇര"

"പണം മോഷ്ടിച്ച വല്ല കാഷ്യറുമാണോ?

റെയിൽവേ ഡയറക്ടറോ മറ്റോ ആണോ? അല്ലെങ്കിൽ ആർമി കോൺട്രാക്റ്ററാണോ? അതോ, റഷ്യയിലെ കലാസംരക്ഷകന്റെ വേഷം കെട്ടിയ വല്ല ആളുമാണോ? അല്ലെങ്കിൽ: വക്കീൽ? മാമൂലുകാരനായ പത്രാധിപർ? സാമൂഹ്യപരിഷ്കരണക്കാരൻ?-ആരുമാകട്ടെ നമുക്ക് ചെല്ലാം അവനെ മോചിപ്പിക്കാം."

"ധൃതിവേണ്ട, നില്ക്കൂ...

ഒരു വാർത്താലേഖകനെയാണ് അവർ മർദ്ദിക്കുന്നത്"

"ഓ, അങ്ങനെയോ? എങ്കിൽ നമുക്കിരുന്ന് ചായകുടിക്കാം."

ദൈവത്തിന്റെ സല്ക്കാരം

നീലാഭമായ കൊട്ടാരത്തിലിരിക്കെ, ദൈവത്തിന് ഒരു ആലോചന: സൽഗുണങ്ങളെ ക്ഷണിച്ച് കൊട്ടാരത്തിൽ വെച്ച് ഒരു സല്ക്കാരം നടത്തുക. (ഇവിടെ സദ്ഗുണങ്ങളെല്ലാം ഗുണവതികളാകുന്നു).

തീയതി തീരുമാനിച്ച്, ഒരുക്കങ്ങൾ നടത്താൻ കല്പനയുണ്ടായി. ഗുണവതികൾക്ക് ക്ഷണക്കത്തയക്കാനും കല്പിച്ചു.

പിന്നെ ദൈവം വീണ്ടും ആലോചനയിൽ മുഴുകി-പരമാണുപൊരുളിന്റെ പരിണാമങ്ങളെക്കുറിച്ച്.

സല്ക്കാര ദിവസം സദ്ഗുണദേവതമാരെല്ലാം എത്തിച്ചേർന്ന്, പിതാമഹനെ വന്ദിച്ചു. പിന്നെ അവർ ഭാഷണസല്ലാപങ്ങളിൽ ഏർപ്പെട്ടു.

കൂട്ടത്തിൽ ഉന്നതസ്ഥാനീയരും എളിയവരും ഉണ്ടായിരുന്നു.

വലിയവർക്കുള്ളതിനേക്കാൾ മമതയും സഹനമനസ്കതയും ചെറിയവർക്കുണ്ട് എന്ന് ബോദ്ധ്യമായി. ഈ ഭേദമിരിക്കിലും, അവരെല്ലാം ഭാഷണസല്ലാപങ്ങളാൽ ഐക്യപ്പെട്ടു. ബന്ധുത്വവും ചങ്ങാത്തവുമുള്ള അവർക്ക് അങ്ങനെതന്നെ ചേർച്ചയും വേണമല്ലോ.

കൂട്ടത്തിൽ ഗുണവതികളായ രണ്ടു സുന്ദരിമാരെ ദൈവം പ്രത്യേകം ശ്രദ്ധിച്ചു. -യാതൊരു പരസ്പര പരിചയവുമില്ലെന്ന മട്ടിൽ അവർ മറ്റു സുന്ദരിമാരുടെ ഇടയിലൂടെ അലയുകയാണ്.

അപ്പോൾ സർവ്വേശ്വരൻ ഒരു മന്ദസ്മിതത്തോടെ, ഒരുവളുടെ കൈപിടിച്ച് മുമ്പോട്ടുവന്ന് മറ്റേ അപരിചിത നാട്യക്കാരിയുമായി പരിചയപ്പെടുത്തി.

ഒന്നാമത്തവളെ ചൂണ്ടിക്കാണിച്ച് ദൈവം പറഞ്ഞു: "ഇവളാണ് ഔദാര്യം"

രണ്ടാമത്തെ ഗുണവതിയുടെ വലംകൈ, ഔദാര്യസുന്ദരിയുടെ നീട്ടിയ കൈയോടുചേർത്തു പറഞ്ഞു:

"ഇവളാണ് കൃതജ്ഞത."

- വാക്കുകൾക്ക് അതീതമായിരുന്നു ഇരുവരും പ്രകടിപ്പിച്ച അമ്പരപ്പും അത്ഭുതവും. എന്തെന്നാൽ, യുഗസഞ്ചയങ്ങൾക്കിടയിൽ ഇന്നാണ് അവർ നടാടെ കണ്ടുമുട്ടിയത്..

പ്രകൃതിയിലെ ദേവതകൾ

ഞാനിപ്പോൾ നില്ക്കുന്നത്, അർദ്ധചന്ദ്രാകൃതിയിൽ ചുറ്റിക്കിടക്കുന്ന ഒരു പർവ്വതനിരയുടെ മുമ്പിലാണ്. തളിരുകൾ നിറഞ്ഞ, ഹരിതാഭമായ വനം ആ പർവ്വതനിരകളെ അടിമുടി പൊതിഞ്ഞിരിക്കുന്നു.

ആകാശത്തിന്റെ ദക്ഷിണദിങ്മുഖം സ്വച്ഛനീലം. പർവ്വതപ്പരപ്പിൽ, ആരണ്യ ശിരസ്സിൽ സൂര്യകിരണങ്ങൾ നൃത്തം ചെയ്കയായി. കീഴെ ഹരിതതൃണങ്ങൾകൊണ്ട് പാതിയോളവും മറഞ്ഞ അരുവികളുടെ മർമ്മരം കേൾക്കുകയായി.

ഇതു കണ്ടാസ്വദിക്കെ, പഴയൊരുകഥ ഓർക്കുകയാണ്- ക്രിസ്തുവിനുശേഷം ഒരു നൂറ്റാണ്ടു പിന്നിട്ട കാലം. അന്ന് ഒരു കപ്പൽ ഈജിയൻ കടലിലൂടെ കടന്നുപോയതിനെപ്പറ്റിയുള്ള കഥ:

നട്ടുച്ചനേരം. എങ്ങും നിശ്ശബ്ദത. പൊടുന്നനെ കപ്പിത്താന്റെ തലയ്ക്കുമുകളിൽനിന്ന് ആരോ വളരെ വ്യക്തമായി ഒരു കാര്യം പറയുന്നതു കേട്ടു: "താങ്കൾ ഈജിയൻ ദ്വീപുകൾക്കടുത്തുകൂടി കടന്നുപോകുമ്പോൾ ഏവരും കേൾക്കേ ഉറക്കെ വിളിച്ചുപറയണം - പാൻ എന്ന മഹാത്മാവ് മരിച്ചുപോയി'."[1]

കപ്പിത്താന് വല്ലാത്ത അമ്പരപ്പുതോന്നി, അനിഷ്ടവും തോന്നി. എന്തെന്നാൽ അങ്ങനെയൊരു വാക്യം ഉച്ചരിക്കാനേ അയാൾക്ക് താല്പര്യമില്ലായിരുന്നു.

പക്ഷേ, ദ്വീപുകൾക്കടുത്തേക്ക് ചെന്നണയുംതോറും അയാൾ ഏതോ നിർബ്ബന്ധശക്തിക്ക് കീഴ്പ്പെടുകയായിരുന്നു. ഗത്യന്തരമില്ലാതെ, അയാൾ ഉറക്കെ വിളിച്ചുപറഞ്ഞു. "പാൻ എന്ന മഹാത്മാവ് മരിച്ചുപോയി!"

ആ ദ്വീപുകളിൽ ആൾപ്പാർപ്പില്ലായിരുന്നു. ആകയാൽ ദ്വീപുകളുടെ

തീരങ്ങളിലുള്ളവർ കപ്പിത്താന്റെ വിളിച്ചുപറയൽ കേട്ട്, നിലവിളിച്ചു; നെടുവീർപ്പിട്ടു; ദീനദീനം വിലപിച്ചു! ആ വിലാപങ്ങളിൽ പലപ്പോഴായി കേട്ടു: "കഥാവശേഷനായി, പാൻ എന്ന മഹാത്മാവ്!"

- കപ്പിത്താന്റെ കഥയോർക്കവെ, എന്റെയുള്ളിൽ വിസ്മയകരമായൊരു ചിന്തയുണ്ടായി: 'ഈ സമയത്ത് അങ്ങനെയൊരു വസ്തുതയുടെ വാക്കുകൾ ഉറക്കെ വിളിച്ചുപറയുന്നുവെന്ന് കരുതുക. എന്താവും അനന്തരം?'

- ഞാനിപ്പോൾ പ്രകൃതിയുടെ രാമണീയകത്വത്തിൽ മുഴുകിയിരിക്കയാണ്. ഇതിനു വിപരീതമായി മരണത്തെപ്പറ്റി ചിന്തിക്കുകയോ! പകരം ജീവന്റെ പ്രസരിപ്പിനെയല്ലേ വാഴ്ത്തേണ്ടത്? ഞാൻ വിളിച്ചുപറഞ്ഞു:

"പാൻ എന്ന മഹാത്മാവ് ജീവിച്ചിരിക്കുന്നു. ആ മനുഷ്യൻ ഉയിർത്തെഴുന്നേറ്റിരിക്കുന്നു."

അങ്ങേയറ്റത്തെ അത്ഭുതമെന്നല്ലാതെ എന്തുപറയാൻ? എനിക്കു മറുപടിയെന്നപോലെ പഞ്ചമിച്ചന്ദ്രന്റെ ആകൃതിയായ പച്ചമലകളിൽനിന്ന് ആഹ്ലാദാരവങ്ങൾ ഉയർന്നു; അഭിനന്ദനസൂചകമായി കൈയടികൾ ഉയർന്നു.

"പാൻ എന്ന മഹാത്മാവ് നമുക്കിടയിൽ ജീവിച്ചിരിക്കുന്നു" - പുതുതലമുറയുടെ ശബ്ദങ്ങൾ ഉയർന്നു. കൺമുമ്പിൽ ദൃശ്യമായതിൽ നിന്നെല്ലാം ഇതാ ആനന്ദത്തിന്റെ പൊട്ടിച്ചിരികൾ അലയടിക്കുന്നു. സൂര്യസാധാരണമല്ലാത്ത ഒരു തേജസ്സ് പരക്കുന്നു. പൊട്ടിച്ചിരിയുതിർക്കുന്നവർ കാട്ടരുവികളേക്കാൾ ആഹ്ലാദമത്തരായി പാടുന്നു. ദ്രുതവേഗത്തിൽ അപ്പോൾ അടുത്തുവന്നുകൊണ്ടിരിക്കുന്ന കാലടിയൊച്ചകൾ ഞാൻ കേട്ടു. താഴ്ഭാഗത്തെ പച്ചപ്പടർപ്പുകൾക്കിടയിലൂടെ വെണ്ണക്കൽനിറമുള്ള ഉടയാടകളിൽ തട്ടിത്തിളങ്ങുന്നു, കിരണങ്ങൾ; ആ അങ്കികൾക്കകത്തെ അവയവ ചലനങ്ങൾ പ്രകാശം ചൊരിഞ്ഞുകൊണ്ടിരിക്കുന്നു... ആരാണവർ- ജലദേവതകൾ... വനദേവതകൾ... വൃക്ഷദേവകൾ, മധുദേവകൾ!

ദ്രുതവേഗത്തിൽ മലമുകളിൽനിന്ന് സമതലത്തിലേക്ക് വരികയാണവർ. നൃത്തത്തിലൂടെ, പാട്ടിലൂടെ, ഒന്നായിച്ചേർന്നാഹ്ലാദിക്കാനാവാം!

ദ്രുതവേഗത്തിൽ വനാന്തർഭാഗത്തുനിന്ന് പുറത്തേക്കുള്ള പ്രവേശനവഴികളിലെല്ലാം അതാ, അവർ. അവരുടെ ശിരസ്സുകൾക്ക് ചുറ്റും പരിവേഷമുണ്ട്. മനോഹരമായ ആ പാണികളിൽ കാണാം പൂച്ചെണ്ടുകൾ, കൈച്ചിലമ്പുകൾ. എന്തൊരാഹ്ലാദം, അതിമോഹനമായ ഒളിമ്പിയൻ ആനന്ദം.

അവർക്കു മുന്നിലായി നടക്കുന്നു, ഒരു ദേവത. അവൾക്ക് എകരം കൂടുതലാണ്, മറ്റുള്ളവരേക്കാൾ മനോഹരിയുമാണ്. അവളുടെ തോളിൽ ആവനാഴി, കൈയിൽ വില്ല്, അവളുടെ മുടി കാറ്റത്തുലയുന്നു, അതിനു മീതെ തിളങ്ങുന്നു അമ്പിളിക്കല.

'ഡയാന, ഭവതിയോ-?[2]

പൊടുന്നനെ ആ ദേവത നിന്നു. കൂടെയുള്ളവരും നിന്നുപോയി. മാറ്റൊലിക്കൊണ്ടിരുന്ന അവരുടെ ചിരിയും നിലച്ചുപോയി.

മൂകയായ ആ ദേവതയുടെ മുഖത്ത് മരണത്തിന്റെ വിളർച്ച പടർന്നു. അവളുടെ കാലടികൾ മണ്ണിൽ ഉറച്ചു. അവളുടെ ചുണ്ടുകളിൽ അവാച്യമായ ഭീതിപടർന്നു. അസാധാരണമായി വിടർന്ന ആ കണ്ണുകൾ വിദൂരതയിൽ ഏതോ ലക്ഷ്യത്തിലേക്ക് നോക്കിനിന്നു.

ആ തുറിച്ചുനോട്ടം എന്ത്, എന്തിന്? ആ നോട്ടം ചെല്ലുന്നിടത്തേക്ക് എന്റെ കണ്ണും പാഞ്ഞു.

ദൂരെ ദൂരെ വിസ്തൃതമായ കേദാരങ്ങൾക്കുമുകളിൽ, ചക്രവാളത്തിൽ ഒരു തീഗോളം പോലെ, ഒരു ക്രിസ്ത്യൻ ദേവാലയത്തിന്റെ മണിമാളികയുടെ തുഞ്ചത്ത് പോക്കുവെയിലേറ്റു തിളങ്ങുന്നു ഒരുസ്വർണ്ണക്കുരിശ്... അതാണ് അവൾ നോക്കിനില്ക്കുന്നത്.

എനിക്കു പിറകിൽ പതറിയൊരു നെടുവീർപ്പുകേട്ടു. പൊടുന്നനെ തിരിഞ്ഞുനോക്കിയ ഉടനെ, ദേവതകളെല്ലാം മറഞ്ഞുപോയ്ക്കഴിഞ്ഞിരുന്നു.

വനവിശാലതയിൽ പച്ചപ്പ് അപ്പോഴും നിറഞ്ഞുനിന്നു. അങ്ങിങ്ങായി മരക്കൊമ്പുകൾ തിങ്ങിപ്പടർന്ന ഇടത്ത് എന്തോ ഒരു വെൺമ മങ്ങി മറയുന്നതായി തോന്നി. അതൊരുപക്ഷേ, ദേവതകളുടെ വെണ്മയുറ്റ അങ്കികളാകാം, താഴ്വരയിൽനിന്നുയരുന്ന മഞ്ഞലകളുമാവാം.

ഹാ! പിന്നെ ഞാനെത്ര വിലപിച്ചു, മറഞ്ഞുപോയ ആ ദേവതകളെയോർത്ത്!

---

1. ഗ്രീക്ക്- റോമൻ ഇതിഹാസങ്ങളിലെ ദേവൻ: ആരോഗ്യത്തിന്റെയും സമൃദ്ധിയുടെയും പ്രണയത്തിന്റെയും അധിനായകൻ.
2. റോമൻ ഇതിഹാസത്തിൽ വേട്ടയുടെയും സമൃദ്ധിയുടെയും ദേവത. വനറാണിയത്രെ ഇവൾ

ശത്രു, മിത്രം

ജീവപര്യന്തം തടവുശിക്ഷയ്ക്കു വിധിക്കപ്പെട്ട ഒരുവന്റെ കാര്യമാണ് പറയുന്നത്: ഒരുദിവസം അവൻ ജയിലിൽനിന്ന് രക്ഷപ്പെട്ട് ഓടി. പൊലീസ് അവനെ പിന്തുടർന്നു.

എന്തും വരട്ടെയെന്ന മട്ടിൽ ഇടം വലവും പുറവും നോക്കാതെ കുതിക്കുകയാണ് അവൻ. പിന്തുടരുന്നവർ പിന്നെപ്പിന്നെ പിന്നിലായിത്തുടങ്ങി.

അപ്പോഴേക്കും എന്തൊരു ഗ്രഹപ്പിഴ! അതാ അവന്റെ മുൻഭാഗത്തൊരു പുഴ. പരപ്പുകുറഞ്ഞ് നല്ല ആഴമുള്ള പുഴ. ഇരുഭാഗത്തും തൂക്കുപാറക്കെട്ടുകൾ; കുതിച്ചുപായുകയാണ് പുഴ. അവനോ, നീന്താനറിയാത്തവൻ!

പുഴയ്ക്കുമീതെ ഒരു പാലമുണ്ട്. ഒടിയാറായ ഒരു പഴയ മരപ്പാലം. അതിലൂടെ പോവാം, പക്ഷേ, അക്കരെയ്ക്കെത്തുമോ; പിന്നാലെ ഇതാ പൊലീസുമുണ്ട്, തൊട്ടുമുമ്പിൽ കുത്തൊഴുക്കും... എന്നൊക്കെ ചിന്തിച്ച് വിവശനായി അവൻ ആ തടിപ്പാലത്തിന്മേൽ കാലെടുത്തുവെച്ചു.

ഓർക്കാപ്പുറത്ത്, അപ്പോൾ അതാ രണ്ടുപേർ - ഒന്ന് ഉറ്റമിത്രം, മറ്റൊരാൾ പരമശത്രു - പുഴയ്ക്കരികെ നില്ക്കുന്നു!

ഒടിയാറായ പാലത്തിന്മേൽ ജയിൽപ്പുള്ളി കാലെടുത്തുവയ്ക്കുന്നത് കണ്ട് ഒന്നും മിണ്ടാതെ കൈയുംകെട്ടി നില്പാണ് പരമശത്രു.

അപ്പോഴേക്കും ഉറ്റമിത്രം അലറിപ്പറഞ്ഞു: "ദൈവമേ, ഇതെന്തോന്നാണിവൻ ചെയ്യുന്നത്? ആ പാലം ഒടിഞ്ഞുവീഴുമെന്ന് ഇവന് അറിയില്ലേ?"

"എങ്കിൽ നീയൊരു മാർഗ്ഗം പറഞ്ഞുതാ. എന്റെ പിന്നാലെ പൊലീസു വരുന്നത് നോക്ക്."

ഭാഗ്യക്കേടുകാരനായ ജയിൽപ്പുള്ളി രണ്ടും കല്പിച്ച്, ഒരു ഞരക്കത്തോടെ രണ്ടുകാലും പാലത്തിന്മേൽ ഊന്നി...

ഉടനെതന്നെ, ആ ഉറ്റമിത്രം "നിന്നെ നാശത്തിൽ വീഴാൻ ഞാൻ സമ്മതിക്കില്ല" എന്നുപറഞ്ഞ് ആ പാവം ഹതഭാഗ്യന്റെ കാല്ക്കീഴിൽ നിന്നും പാലം വലിച്ചുനീക്കി. ആ ഭാഗ്യദോഷിയോ? പുഴയുടെ കുത്തൊഴുക്കിൽപ്പെട്ട് മരണമടയുകയും ചെയ്തു.

ഇതെല്ലാം കണ്ട് ഒരു ചെറുപുഞ്ചിരിയോടെ അവന്റെ പരമശത്രു സ്ഥലം വിട്ടു.

അപ്പോൾ ഉറ്റമിത്രം ചങ്ങാതിയുടെ ദുരന്തം കണ്ട് അലറിക്കരയുകയായി. എന്നാൽ താനാണ് അതിന്റെ കാരണക്കാരൻ എന്നൊരു ചിന്തയുടെ ലേശം പോലും അവന്റെ ഹൃദയത്തിലുണ്ടായതുമില്ല.

"ഞാനെത്ര പറഞ്ഞുനോക്കി. എന്നിട്ടും അവൻ ഗൗനിച്ചില്ലല്ലോ" എന്നു പറഞ്ഞ് വിലപിക്കുകയാണ് ഉറ്റചങ്ങാതി. ഉടനെതന്നെ ആ പരമമിത്രം അവന്റെ ദുരന്തത്തിന് ഒരു ന്യായീകരണം കണ്ടെത്തി:

"അല്ലെങ്കിലും അവൻ മരിച്ചത് നന്നായി. അഥവാ അവൻ ജീവിച്ചിരുന്നെങ്കിൽ അന്ത്യംവരെ തടവിൽ നരകയാതന അനുഭവിക്കേണ്ടി വരുമായിരുന്നല്ലോ. അവന്റെ ഈ രക്ഷപ്പെടൽ ജീവപര്യന്തം തടവിനേക്കാൾ ഭേദമാണല്ലോ. അതെ, ഇതാണ് അവന് വിധിക്കപ്പെട്ടിരിക്കുന്നത്."

അയാൾ പിന്നെയും പറഞ്ഞതിന്റെ കൂട്ടത്തിൽ ഇങ്ങനെയൊരു വാചകവുമുണ്ടായിരുന്നു:

'ഞാനും ഒരു മനുഷ്യനല്ലേ, ഞാനെങ്ങനെ സഹതപിക്കാതിരിക്കും, എനിക്കും ഇല്ലേ മനുഷ്യത്വം.'

മാർഗ്ഗഭ്രംശം നേരിട്ട ചങ്ങാതിയുടെ വിധിയെച്ചൊല്ലി ആ കരുണാമയൻ കരഞ്ഞുകൊണ്ടേയിരുന്നു.

ക്രിസ്തു

ഞാൻ ഒരു സ്വപ്നം കണ്ടു: അതിൽ ഞാനൊരു യുവാവ്. മരത്തടികൊണ്ട് കെട്ടിപ്പൊക്കിയ ഒരു പള്ളിയിലാണ് ഞാൻ നില്ക്കുന്നത്. അവിടത്തെ പുണ്യപദവിയിലെത്തിയ ഏതാനും വിശുദ്ധരുടെ ചിത്രങ്ങൾക്കുമുമ്പിൽ കൊച്ചു കൊച്ചു മെഴുകുതിരികൾ കാഞ്ചനപ്പൊട്ടുപോലെ തിളങ്ങുന്നു. ചെറുചെറുജ്വാലകളിലോരോന്നിനുമുണ്ട് വർണ്ണാഞ്ചിതമായ പ്രകാശവലയം. ദേവാലയത്തിനുള്ളിൽ ഒരു മങ്ങൂഴമാണ്. എങ്കിലും കാണാം, എനിക്കു മുമ്പിൽ നില്ക്കുന്ന വേണ്ടപ്പെട്ട മുഖങ്ങൾ. ഉത്സാഹഭരിതരായ കർഷകരുടെ ശിരസ്സുകൾ ഞാൻ കാണുന്നു - അവ ആടുന്നു, പൊങ്ങുന്നു, താഴുന്നു. ഗ്രീഷ്മകാലത്തെ കാറ്റിൽ പാടത്തെ കതിരുകൾ പോലെ.

പൊടുന്നനെ ഒരാൾ പിറകിലൂടെവന്ന് എന്റെയടുത്തു നില്ക്കുന്നതു കണ്ടു. ഞാൻ അങ്ങോട്ടു ശ്രദ്ധകൊടുത്തില്ല. പക്ഷേ, എനിക്ക് തോന്നി, ആ സമീപസ്ഥൻ ക്രിസ്തുവായിരിക്കാം. എന്തായാലും, പൊടുന്നനെ ഭക്തിക്കും ജിജ്ഞാസയ്ക്കും കീഴ്പ്പെടാതിരിക്കാനെനിക്കായില്ല. സമീപസ്ഥനെ ഒന്നുനോക്കുക - അതൊരു വലിയകാര്യമാണ്. അതിനായി തയ്യാറെടുത്ത്, ഞാൻ ഒന്ന് വശം തിരിഞ്ഞുനോക്കി:

ഹാ, വെറുമൊരു സാധാരണക്കാരന്റെ മുഖം! എല്ലാ മനുഷ്യരെയും പോലൊരു ആൾ! അല്പമൊരു ഉയർന്ന വിതാനത്തിലേക്കു ശാന്തമായും അഗാധമായും സഞ്ചരിക്കുന്ന ദൃഷ്ടികൾ. വിടർത്തിയിട്ടില്ലാത്ത ചുണ്ടുകൾ. എങ്കിലും ആ വായ മുഴുവൻ പൂട്ടിയിട്ടില്ല. കീഴ്ച്ചുണ്ടിൽ മന്ദമൊന്നു തൊട്ടിട്ടേയുള്ളൂ മേൽച്ചുണ്ട്. മുഖത്ത് നടുക്കുവെച്ചു പകുത്തിട്ട ഒരു ചെറിയ താടിയുണ്ട്. കൈകൾ നിശ്ചേഷ്ടമായി കൂപ്പിപ്പിടിച്ചിരിക്കുന്നു. സാധാരണക്കാരന്റെ വേഷം!

ഞാൻ ആലോചിച്ചു: 'ഇതോ ക്രിസ്തു? ഇതൊരു സാധാരണക്കാരനല്ലേ! എന്തായാലും, ക്രിസ്തു ഇങ്ങനെയാവില്ല!'

നോട്ടം നിർത്തി ഞാൻ തലതിരിച്ചു നില്പായി. പക്ഷേ, ഞാൻ മുഖം തിരിച്ചുകളഞ്ഞ ആ നിമിഷത്തിൽത്തന്നെ എന്നിൽ ആ വിചാരം പ്രബലമായിത്തുടങ്ങി - ഇത് ക്രിസ്തുവല്ലാതെ മറ്റാരുമല്ല!

വീണ്ടും ആ മുഖത്തേക്കുതന്നെ നോക്കാൻ തയ്യാറായി ഞാൻ വശത്തേക്കു മുഖം തിരിച്ചു. അതെ, ക്രിസ്തുവിന്റെ മുഖം തന്നെ - മറ്റ് ഏതു മനുഷ്യന്റെയും മുഖമായ മുഖം - നിത്യേന നമ്മൾ കാണാറുള്ള മുഖം - ഒരുപക്ഷേ, അപരിചിതമെങ്കിലും സാധാരണമായ മുഖം.

അപ്പോഴേക്കും ഞാൻ നടുങ്ങിപ്പോയി. പിന്നെ എനിക്കു ബോദ്ധ്യമായി: അങ്ങനത്തെ ഒരു മുഖം - എല്ലാവരുടെയും മുഖമായ ഒരു മുഖം - മാത്രമേ ക്രിസ്തുവിന്റേതായിരിക്കൂ.

കല്ല്

കടൽത്തീരത്ത് ഏറെ പഴക്കമുള്ള, ചാരനിറത്തിലുള്ള കല്ല് നോക്കിനിന്നിട്ടുണ്ടോ?

ശരല്ക്കാല വെയിൽപ്പകലുകളിൽ നല്ല വേലിയേറ്റമാവും. നാനാ ദിക്കിൽനിന്നും തിരകൾ വന്ന് ആ കല്ലിനെ തടവിയും താലോലിച്ചും, കടൽപ്പായൽകൊണ്ട് ശിരോവസ്ത്രമണിഞ്ഞുള്ള ആ ശിരസ്സിൽ മുത്തുമണിപ്പതക്കം പോലുള്ള പത അണിയിക്കാറുണ്ട് - അത് നോക്കി നിന്നിട്ടുണ്ടോ നിങ്ങൾ? പഴക്കമുള്ള കല്ല്! എന്നാലെന്തേ? അതിന്റെ വിള റിപ്പോയ പുറംഭാഗം ഈ തിരപ്പുണർച്ചയിൽ എത്ര പൊടുന്നനെയാണ് വർണ്ണാഞ്ചിതമാകുന്നത് - നോക്കിനിന്നിട്ടുണ്ടോ നിങ്ങൾ?

ഇനി പറയാം - എത്രയോ പണ്ട് ഈ കല്ല് ഉരുകിത്തിളയ്ക്കുന്ന ഒരു കൊടും പാറയായിരുന്നു. ആ പാറക്കട്ടയ്ക്കുള്ളിലെ അഗ്നിയാണ് അതിന് ചന്തമേകിയത്. ഇപ്പോൾ ഓരോ തിരവന്ന് പുണരുമ്പോഴും ആവർത്തിച്ചുകൊണ്ടേയിരിക്കുന്നു ആ കാലങ്ങൾ.

ഇതുപോലൊരു തിരയേറ്റമാണ് പ്രായം മുറ്റിപ്പോയ എന്റെ ഹൃദയ ത്തിൽ ഏതാനും ദിനങ്ങൾക്കു മുമ്പു സംഭവിച്ചത് - ഏതൊക്കെയോ മനോഹര രൂപിണികളുടെ ആത്മാക്കൾ എന്റെ ഹൃദയത്തെ ആക്രമിച്ചു കീഴടക്കി. എത്രയോ സ്നേഹോഷ്മളമായ അവരുടെ ഓരോ സ്പർശ ത്തിലൂടെയും എന്നോ എങ്ങോ മങ്ങിമറഞ്ഞുപോയിരുന്ന ആത്മാവിന്റെ ദീപവർണ്ണങ്ങളോരോന്നും എന്നെ ജ്വലിപ്പിക്കുകയാണ്; എന്നേ കത്തി ത്തീർന്നെന്നു കരുതപ്പെട്ടവ ഇതാ വീണ്ടും ഉജ്ജ്വലിക്കുന്നു. തിരമാലക ളടങ്ങി; അവ ഇറങ്ങിപ്പോയി. പക്ഷേ, നോക്കൂ അവ പകർന്ന ആഹ്ലാദൈ കമയിയായ വർണ്ണങ്ങൾ മങ്ങിമറഞ്ഞിട്ടില്ല - ഒരു ഉഗ്രൻ കാറ്റ് ആ ആർദ്ര തകളെ നക്കിക്കൊണ്ടിരിക്കുകയാണെങ്കിലും!

ഇണപ്രാവുകൾ

ഞാനിപ്പോൾ ഒരു മലഞ്ചെരിവിലാണ്. ദൂരെദൂരേക്ക് പരന്നുകിടക്കുന്ന ചാമപ്പാടങ്ങൾ, ഒരു കടലുപോലെ. ആ കതിരുകളുടെ രജത കാഞ്ചന സമ്മിശ്രമായ കാന്തി എന്നെ അമ്പരപ്പിക്കുന്നു. തീർത്തും വർണ്ണക്കടൽ. എന്നാലതിലില്ല ഒരു തിരയിളക്കവും. കാറ്റേ ഇല്ല; എനിക്ക് വീർപ്പുമുട്ടുന്നു.

എന്നാലോ, വലിയൊരു കാറ്റും കോളും ആസന്നമായിരിക്കുന്നു.

ചുറ്റുമുണ്ട് പോക്കുവെയിലിന്റെ തിളക്കം. എന്നാൽ അടുത്തുതന്നെ ചാമപ്പാടങ്ങൾക്കപ്പുറത്ത്, മഴക്കാറുകളുടെ സംഘാതങ്ങൾ ചക്രവാളത്തെ മുക്കാലും മറച്ചുനില്ക്കുന്നുമുണ്ട്.

എന്തൊരു ഭീകര നിശ്ശബ്ദത... ചരമസൂര്യന്റെ കിരണങ്ങളേറ്റ് എല്ലാം തളർന്നുമയങ്ങുകയാണ്. ഇല്ലൊരു പക്ഷിപോലും എങ്ങും. കൊച്ചുകുരുവികളും ഇല്ല. എങ്ങുനിന്നോ കേൾക്കാനുണ്ട് ഒരു ബോക്സ്മരത്തിന്റെ ഇലമർമ്മരം.

കയ്പവല്ലരിയുടെ മണം പരക്കുന്നുണ്ട്. കറുത്തും നീലിച്ചുമുള്ള മേഘങ്ങളെനോക്കി നില്ക്കയായി ഞാൻ... എന്തെന്നില്ലാത്തൊരു അസ്കൃതയും അശാന്തിയും അനുഭവപ്പെടുന്നു...

എന്റെ ഹൃദയം പറഞ്ഞുകൊണ്ടിരുന്നു: 'ആടിയാടിയണയുകെൻ കാഞ്ചനനാഗങ്ങളേ, മഴമേഘങ്ങളേ, അലറുവിൻ, പൊഴിക്കുവിൻ പ്രളയ മഴ! കാത്തിരിപ്പിന്റെ നൊമ്പരങ്ങളകറ്റുവിൻ.'

ഇല്ല ഒരനക്കവും. വീർപ്പുമുട്ടുന്ന ഭൂമിക്ക് കനത്തഭാരമായി അവയങ്ങനെ നിലകൊള്ളുകയാണ്; കരിമേഘം കുറെക്കൂടി കറുപ്പു കൂട്ടി നിലകൊള്ളുകയാണ്. അപ്പോൾ, അതാ, ഹാ! ആ കരിമേഘത്തിന്റെ മുകളിലൂടെ, ഒരു ഹിമക്കട്ടപോലെ, വെൺതൂവാലപോലെ എന്തോ ഒരു രൂപം

പറക്കുന്നു. ഹോ, അതൊരു വെളുത്ത പ്രാവ്! അതൊരു പൊന്തപ്പടർപ്പിൽ മറഞ്ഞുപോവുകയും ചെയ്തു.

നിഷ്കരുണമായ നിശ്ശബ്ദതയുടെ ഭാരവും പേറി നിമിഷങ്ങൾ കടന്നുപോവുകയാണ്.

അപ്പോൾ, അതാ, ഹാ! വനത്തിൽനിന്ന് ഗ്രാമത്തിലേക്ക് പറന്നു വരുന്നു, രണ്ടു കൊച്ചു വെൺതൂവാലകൾ, വായുവിലൂടെ ഒഴുകിപ്പറക്കുന്നു രണ്ടു ഹിമക്കട്ടകൾ. രണ്ടു വെൺപിറാവുകൾ കൂടിനുനേരേ പായുകയാണ്.

താമസിച്ചില്ല, ഘോരമഴയും കൊടുങ്കാറ്റും ആരംഭിക്കുകയായി.

എങ്ങനെയോ ഞാൻ വീട്ടിലെത്തിച്ചേർന്നു. അലറുന്ന കാറ്റിൽ, ക്ഷിപ്ര ഭ്രമണം ചെയ്യുന്ന ചുഴലിയിൽ മേഘങ്ങൾ ചിതറി, കണ്ണിൽ കണ്ടതെല്ലാം അത് കശക്കിയെറിഞ്ഞു. മരാമരങ്ങളിൽ മഴ പതിച്ചു കൊണ്ടിരുന്നു ചരൽക്കല്ലുകൾ പോലെ. പച്ചനിറംകൊണ്ട് കണ്ണഞ്ചിപ്പിക്കുന്ന മിന്നലിലൂടെ, ഇടിമുഴക്കത്തിലൂടെ ഗന്ധകത്തിന്റെ നാറ്റം എന്നെ വീർപ്പുമുട്ടിച്ചു.

പക്ഷേ, എന്റെ സൗഭാഗ്യം നോക്കൂ - വീട്ടിലെ ഇറയുടെ താഴ്ഭാഗത്തെ എന്റെ ബെഡ്റൂമിന്റെ കിളിവാതിൽപ്പടിയിൽ വന്നിരിക്കുന്നു രണ്ടു വെൺപിറാവുകൾ. അവർ ഒന്നുചേർന്നിരിപ്പാണ്. ഇണയെ അന്വേഷിച്ച് ഒരു പ്രാവ് പോയിരുന്നത് ആദ്യം കണ്ടതാണല്ലോ. ആ പ്രാവും അതു രക്ഷപ്പെടുത്തിക്കൊണ്ടുവന്ന ഇണയുമാണവർ.

തൂവലുകൾ വിടർത്തിയാണ് അവർ ഇരിക്കുന്നത്. രണ്ടുപേരുടെയും ചിറകുകൾ ഉരസുന്നുണ്ട്. സ്നേഹോഷ്മളമായ ആ സ്പർശത്തിൽ അവരുടെ ആത്മാക്കൾ പുളകംകൊള്ളുന്നത് ഞാൻ കാണുന്നു.

എന്താ, അവരുടെയൊരു സന്തോഷം! അതുകണ്ടിട്ട് എനിക്ക് എന്തെന്നില്ലാത്തൊരാനന്ദം; എന്നത്തെയും പോലെ ഞാനിപ്പോഴും ഏകാകിയാണെങ്കിലും!

നാളെ... നാളെ

ഓരോ ദിനവും കടന്നുപോകുന്നു. ഓരോന്നും എത്രമേൽ ശൂന്യം, നിഷ്പ്രയോജനം, വിരസം. അങ്ങനെയോരോ ദിവസത്തെക്കുറിച്ചും... കടന്നുപോയ ഒരു ദിവസം- അങ്ങനെയൊരുദിവസം ഉണ്ടായിരുന്നു എന്നതിനുതന്നെ തെളിവുകൾ എത്രതുച്ഛം. എത്ര വിരൂപമായാണ്, അർത്ഥശൂന്യമായാണ് ആ ദിവസത്തിന്റെ മണിക്കൂറുകൾ തുടർക്കണ്ണികളായി ഇഴഞ്ഞുപോയത്- ഓർക്കാനാകുമോ?

എങ്കിലും ജീവിക്കാനാണ് ആവേശം. ഓരോരുത്തനും തന്നെത്തന്നെ വിലമതിക്കുന്നു. ഭാവി...ഭാവി-അതിനെക്കുറിച്ചുള്ള എത്ര പ്രതീക്ഷകളാണ് കെട്ടിപ്പൊക്കുന്നത്! ഭാവിയുടെ സൗഭാഗ്യങ്ങൾ അവൻ കാംക്ഷിച്ചുകൊണ്ടേയിരിക്കുന്നു.

കഴിഞ്ഞ ദിവസം കഴിഞ്ഞു. അതിനെക്കാൾ നന്നായിരിക്കും നാളെ- എന്തിനാണ് മനുഷ്യൻ അങ്ങനെ പ്രതീക്ഷിക്കുന്നത്?

ഹേയ്, അവന് അങ്ങനെയൊരു ചിന്തയേ ഇല്ല, ചിന്തിക്കാനേ താല്പര്യമില്ല. അതും നല്ലതുതന്നെ

'നാളെ...നാളെ' - ഒരു സ്വയം സാന്ത്വനമാണ്, ശവക്കുഴിയിലേക്കെടുത്തിടും വരെ.

ആട്ടെ, പിന്നെ വേറെ വഴിയില്ലല്ലോ-ശവക്കുഴിയിൽ ആരും ചിന്തിക്കാറില്ലല്ലോ.

പ്രകൃതി

ഭൂമിയുടെ ഉള്ളറയിൽ എങ്ങോ ഒരു വലിയ ക്ഷേത്രം. അതിനകത്തേക്ക് കടന്നിരിക്കുന്നു - അതാണ് ഞാൻ കണ്ട സ്വപ്നം. ആ ക്ഷേത്രത്തിന് ഉത്തുംഗമായ സ്തൂപങ്ങളുണ്ട്, ഗോപുരങ്ങളുണ്ട്. അതിന്റെ മേല്പുര പഞ്ചമിച്ചന്ദ്രന്റെ ആകൃതിയിൽ. ക്ഷേത്രത്തിന്റെ ഉൾഭാഗങ്ങളിലെല്ലായിടത്തും ഒരു മങ്ങിയ വെളിച്ചം പരക്കുന്നുണ്ട്.

ആ ദേവാലയത്തിന്റെ ഒത്തനടുക്കായി രത്നകംബളം വിരിച്ച ഒരു സിംഹാസനത്തിൽ പച്ചപ്പട്ടുടുത്ത ഒരു വനിത കുനിഞ്ഞിരിക്കുന്നതു കണ്ടു. ഘനഗംഭീരമായ ശിരസ്സ് കൈത്തലത്തിലേന്തി ഏതോ അഗാധ ചിന്തയിലാണ്ടിരിക്കയാണ് ആ മഹതി.

ഹാ, പ്രകൃതീശ്വരിതന്നെയോ ഇവൾ- അങ്ങനെയെനിക്കൊരു തോന്നലുണ്ടായി. ഈ വിചാരത്താൽ എനിക്കവളോട് ആദരവ് തോന്നി. അതിരിട്ടുനില്ക്കുന്ന എന്റെ ആത്മാവിലേക്ക് ആദരാധികൃത്തിന്റെ മിന്നൽപ്പിണരുകൾ പ്രസരിച്ചു. കോരിത്തരിപ്പോടെ ഞാൻ ആ ഈശ്വരിയുടെ അടുത്തേക്ക് ചെന്നു തൊഴുതു: "ഭഗവതി, എന്താണിങ്ങനെ ആലോചനയിൽ മുഴുകിയിരിക്കുന്നത്. ഈ ധ്യാനം മനുഷ്യന്റെ ഭാവി ഭാഗധേയങ്ങളെക്കുറിച്ചാണോ, അതോ മനുഷ്യന് പരമമായ ആനന്ദം പകരാനുള്ള വഴികളെക്കുറിച്ചാണോ?" - ഞാൻ ചോദിച്ചു.

അവൾ ശിരസ്സുയർത്തിയതോടെ, ഞാനാകെ നടുങ്ങി - ഗണിതം പോലെ കണിശമായ മുഖസ്തോഭം; മനസ്സിനെത്തുളച്ചുകടക്കാൻ തക്ക തീക്ഷ്ണമായ ആ കരിങ്കൂവളക്കണ്ണുകൾ എന്റെ മുഖത്തു പതിച്ചു. നനുത്ത ചെറുകത്രികപോലെ ഒട്ടിനിന്നിരുന്ന ചുണ്ടുകൾ ഇത്തിരിയൊന്നു വിടർന്നു. ഉടനെ, എനിക്കു കേൾക്കുമാറായി ഒരു നാദം - കാരിരുമ്പുപരിചയിൽ ഉരുക്കുവാൾ തട്ടിത്തെറിക്കുമ്പോലുള്ള ചടുല ശബ്ദം:

"മനുഷ്യരുടെയും മറ്റുജന്തുക്കളുടെയും ചോര വലിച്ചു കുടിച്ചു ജീവിക്കുന്ന ചെള്ളിനെ കണ്ടിട്ടില്ലേ? ശത്രുക്കളിൽനിന്നും കുറച്ചുകൂടി എളുപ്പത്തിൽ അതിനു രക്ഷപെടേണ്ടതുണ്ട്. ആകയാൽ ചെള്ളിന്റെ കാലിലെ പേശീബലം എങ്ങനെ കൂട്ടാം എന്നാണ് ഞാൻ ആലോചിക്കുന്നത്. ആക്രമണശക്തികളും ചെറുത്തുനില്ക്കുന്നവരുടെ ശക്തികളും തമ്മിലൊരു സമത്വം വേണമല്ലോ. പക്ഷേ, ആ സമത്വം ഇവിടെ ഇനിയും രൂപപ്പെടുത്തേണ്ടത് അത്യാവശ്യമായിരിക്കുന്നു."

"ഹാ, എന്താണിത്? എന്തിനെക്കുറിച്ചാണ് ദേവി മനഃപ്രയാസം കൊള്ളുന്നത്? എന്ത്! ഈ ഞങ്ങൾ - മനുഷ്യർ - അല്ലേ ഈശ്വരിയുടെ പ്രിയസന്തതികൾ?"

അതുകേട്ട് അവളുടെ നെറ്റിചുളിഞ്ഞു. "സൃഷ്ടികളെല്ലാം എന്റെ സന്തതികൾ തന്നെ. എല്ലാവരെയും ഒരേമട്ടിൽ സംരക്ഷിക്കുകയും ചെയ്യുന്നു. അതേമട്ടിൽ തന്നെ എല്ലാറ്റിനെയും സംഹരിക്കുകയും ചെയ്യുന്നു."

ഞാൻ സംശയഗ്രസ്തനായി : "പക്ഷേ, നീതി, വിവേകം, കാരുണ്യം എന്നൊക്കെ പറയുന്നതോ?"

ഒരു ഝണൽക്കാരമായിരുന്നു മറുപടി:

"മനുഷ്യന്റെ വാക്കുകളാണതെല്ലാം. നീതി/അനീതി ഒന്നും എനിക്കറിയില്ല. വിവേകം എന്റെ നിയമപുസ്തകത്തിലില്ല. ആട്ടെ, നീതി- അതെന്താണ്? നിനക്ക് ജീവൻ തന്നത് ഞാനാണ്. എനിക്ക് കഴിയും അതിനെ നിന്നിൽനിന്ന് പറിച്ചെടുക്കാനും മറ്റേതെങ്കിലും പുഴുവിനോ നരന്നോ കൊടുക്കാനും. ... അതിലൊന്നും എനിക്ക് വിശേഷനിയമങ്ങളില്ല ... ഒന്നേവേണ്ടൂ, എന്നെ ശല്യം ചെയ്യാതെ ഇവിടെനിന്ന് ഒഴിഞ്ഞുപോക."

ഞാൻ വല്ല മറുപടിയും കൊടുക്കുമായിരുന്നു... തൽസമയം ഭൂമിയാകെ ഞെട്ടിവിറച്ചിരുന്നുവെന്ന് തോന്നി... ഹാ! ഞാൻ ഉറക്കത്തിൽനിന്ന് ഞെട്ടിയുണർന്നുകഴിഞ്ഞിരുന്നു.

അപ്പോൾ ഞാനെന്താവും വിചാരിക്കുക?

മരണം പിടികൂടുന്ന സമയത്ത് എന്തെങ്കിലും ചിന്തിക്കാൻ കഴിയുമോ? അഥവാ എനിക്കങ്ങനെ നിനയ്ക്കാൻ പറ്റിയാൽത്തന്നെ ആ നിമിഷത്തിൽ ഞാനെന്താവും വിചാരിക്കുക?

എത്ര നിഷ്പ്രയോജനമായിരുന്നു ജീവിതമെന്നോ എത്രകാലം ഉറങ്ങിക്കഴിഞ്ഞെന്നോ ഉറക്കംതൂങ്ങിക്കഴിഞ്ഞെന്നോ അഥവാ ജീവിതത്തിന്റെ വരദാനങ്ങളെക്കുറിച്ചറിയാതെ അത് പാഴാക്കിക്കളഞ്ഞെന്നോ - എന്തായിരിക്കാം അപ്പോഴത്തെ എന്റെ വിചാരം?

'ഹാ! മരണം എത്തുകയാണെന്നോ, ഇത്ര പൊടുന്നനെ; അങ്ങനെയായിക്കൂടാ. ഒന്നും ചെയ്യാനെനിക്ക് ഈ നിമിഷംവരെയും സാധിച്ചില്ലല്ലോ... ഒരു ജീവിതം ആരംഭിക്കാൻ ഞാൻ ഒരുക്കം കൂട്ടുന്നതല്ലേയുള്ളൂ!'

എന്താണ് ചെയ്യാനുള്ളത്: പൊയ്പ്പോയ കാലങ്ങളിലെ പ്രകാശനിർഭരമായ ഇത്തിരി വേളകളെക്കുറിച്ചാണോ വിചാരിക്കേണ്ടത്? കണ്ടുമുട്ടിയ മൂല്യവത്തായ ദർശനങ്ങളെയും മുഖങ്ങളെയും കുറിച്ചാണോ വിചാരിക്കേണ്ടത്?

നിനയ്ക്കുംതോറും, ഞാൻ ചെയ്തുകൂട്ടിയ പാപങ്ങൾ എന്റെ മനസ്സിലേക്കുതന്നെ തിരിച്ചെത്തുമോ?

വൈകിയുള്ള പശ്ചാത്താപത്തിന്റെയും കുറ്റബോധത്തിന്റെയും തീമുള്ളുകൾ എന്റെ ആത്മാവിൽ തുളച്ചുകേറുകയാവില്ലേ, അപ്പോൾ.

ഞാൻ വിചാരിക്കുമോ, ശവക്കുഴിക്കപ്പുറം എന്നെ കാത്തിരിക്കുന്നതെന്തെന്ന്?... അഥവാ സത്യത്തിൽ അപ്പുറം ആരെങ്കിലും കാത്തിരിക്കുന്നുണ്ടാവുമോ?

വേണ്ട, ഞാൻ ചിന്തിക്കാൻ ശ്രമിക്കാതിരിക്കാം.

എന്റെ മുമ്പിലുള്ള അന്ധകാരത്തിനോട് നിസ്സംഗമായി മുഖംതിരിച്ച്, മറ്റേതെങ്കിലും നിസ്സാരകാര്യങ്ങളിൽ ശ്രദ്ധപതിപ്പിക്കാം.

എനിക്കിപ്പോൾ ഒരു ചിത്രം ഓർമ്മവരുന്നു:

മരണം കാത്ത് കിടക്കുന്ന ഒരു മനുഷ്യന് സദാ ഒരേ ഒരു ആവലാതിയേ ഉണ്ടായിരുന്നുള്ളൂ... മരണക്കിടക്കയിലാണെന്ന് അറിഞ്ഞോ അറിയാതെയോ, അയാൾ പരിഭവിച്ചുകൊണ്ടിരുന്നു, ഇത്തിരി കപ്പലണ്ടി കൊറിക്കാൻ ആരും കൊണ്ടുവന്നു തന്നില്ലല്ലോ... അപ്പോൾ അയാളുടെ കണ്ണുകൾ മങ്ങിക്കൊണ്ടിരുന്നു. അതിന്റെ ആഴങ്ങളിൽ ഞാനറിഞ്ഞു പിടികിട്ടാത്തൊരു വേദനയുടെ പിടച്ചിൽ - മുറിവേറ്റു പതിച്ച ഒരു പക്ഷിയുടെ കീറിപ്പറിഞ്ഞ ചിറകുപോലൊരു പിടച്ചിൽ!

‘എത്ര മുഗ്ദ്ധം എത്ര മോഹനം അത്രമേലുദാരമീപനിനീർപ്പൂവുകൾ...’

(മിയാത്‌ലെവ് എന്ന കവിയുടെ വരികളാണ് ഈ ശീർഷകത്തിന് ആധാരം)

എന്നോ എങ്ങോവെച്ച് പനിനീർപ്പൂക്കളെക്കുറിച്ചൊരു കവിത ഞാൻ വായിച്ചതോർക്കുന്നു. കവിതയൊക്കെ അപ്പോഴേ മറന്നുംപോയി. പക്ഷേ, അതിലെ ആദ്യവരി മാത്രം ഓർമ്മയിൽ തങ്ങിനില്ക്കുന്നുണ്ട്:

“എത്ര മുഗ്ദ്ധം
എത്ര മോഹനം
അത്രമേലുദാരമീ
പനിനീർപ്പൂവുകൾ”

ശീതകാലമാണിപ്പോൾ. ജനലിന്റെ പടിയിൽ മഞ്ഞ് കട്ടിയായിക്കൊണ്ടിരിക്കുന്നു. ഞാനിരിക്കുന്ന ഈ മുറിയിൽ ഇരുട്ടേ ഉള്ളൂ; ഒരു ചെറുതിരിനാളമുണ്ടെങ്കിലും. ഇവിടെ ഒരു കോണിൽ ഞാൻ കൂനിയിരിക്കയാണ്. ഈ ശൈത്യാലസ്യത്തിലും എന്റെ മനസ്സിൽ മുഴങ്ങിക്കൊണ്ടിരിക്കുന്നു, ആ വരികൾ :

“എത്ര മുഗ്ദ്ധം
എത്ര മോഹനം
അത്രമേലുദാരമീ
പനിനീർപ്പൂവുകൾ”

എനിക്കുതോന്നി, ഒരു റഷ്യൻഗ്രാമത്തിലെ വീട്ടിൽ താഴ്ന്നൊരു ജനലിന്നടുത്താണ് ഞാനിരിക്കുന്നതെന്ന്: ഗ്രീഷ്മത്തിലെ മൂവന്തിനേരം പതുക്കെപ്പതുക്കെ നിശീഥത്തിൽ ലയിക്കുകയാണ്. തപിക്കുന്ന രാത്രിയെ ഗന്ധനിർഭരമാക്കുകയാണ് നാരകപ്പൂക്കൾ. അതാ അവിടെ അവൾ! കിളിവാതിലിനരികെ കൈയൂന്നി ചുമലിലേക്ക് തലചായ്ച്ച് ആ ബാലിക. നിശ്ശബ്ദം, സശ്രദ്ധം അവൾ ഉറ്റുനോക്കുകയാണ് ആകാശത്തേക്ക്. പുതുപുതുതാരകങ്ങളെ പ്രതീക്ഷിക്കുകയാവാം അവൾ. എന്തൊരു നിഷ്ക

ളങ്കതയാണാ മുഖത്ത്! ഏതോ പ്രചോദനത്താൽ സ്വപ്നംകാണുകയാവാം ആ കണ്ണുകൾ. പാതിവിടർന്ന് എന്തോ ചോദിക്കാൻ വെമ്പുന്ന ചുണ്ടുകൾ. സ്വച്ഛശാന്തമായി ശ്വാസോച്ഛ്വാസത്തിനൊപ്പം പൊങ്ങുകയും താഴുകയും ചെയ്യുന്ന മാറിടം. എത്ര പാവനമാകുന്നു ആ കൊച്ചുമുഖം!

അവളോടൊന്നു മിണ്ടിപ്പറയാൻ ഞാൻ അധീരനായി; എന്നാലും ആ ബാലിക എനിക്കെത്രയും പ്രിയംകരി. ഇതാ എന്റെ ഹൃദയത്തുടിപ്പുകൾക്കു കാതോർത്തു നോക്കൂ.

“എത്ര മുഗ്ദ്ധം
എത്ര മോഹനം
അത്രമേലുദാരമീ
പനിനീർപ്പൂവുകൾ”

എത്രമേൽ ആ മനോഹാരിത ഉരുവിട്ടിട്ടും ഞാനിരിക്കുന്ന മുറിയിൽ ഇരുട്ടു കനത്തുവരികയാണ്. ആ ഒറ്റത്തിരിയും കെട്ടുപോകാറായി. താഴ്ന്ന മച്ചിൽ തിങ്ങുന്നൂ നിഴലുകൾ. അവ നടനമാടുന്നു. മഞ്ഞുകട്ടകൾ വീഴുന്നതിന്റെ ഒച്ച കേൾക്കാനുണ്ട്. വാർദ്ധക്യം എന്റെ നെഞ്ചിനകത്ത് കഠോരമായി പുലമ്പിക്കൊണ്ടിരിക്കുന്നു...

“എത്ര മുഗ്ദ്ധം
എത്ര മോഹനം
അത്രമേലുദാരമീ
പനിനീർപ്പൂവുകൾ”

ഓർത്തോർത്തിരിക്കെ, ഗ്രാമത്തിലെ കുടുംബജീവിതത്തിന്റെ കലപിലകൾ ഹൃദയത്തിലൊത്തുകൂടുകയായി:

കാണുന്നൂ ഞാൻ ചെറുചെറു തലകൾ. അവയൊത്തുകൂടി തിളങ്ങുന്ന കണ്ണുകൾകൊണ്ട് എന്റെ നേരെ കുസൃതികാട്ടുകയാണ്. ചുകന്ന കവിളുകൾ. അടക്കിപ്പിടിച്ച ചിരി. അത്രമേൽ സ്നേഹിക്കയാൽ അവർ കൈകൾ കോർത്തിരിക്കുന്നു. ഓരോ മൃദുലനാദവും അടുക്കടുക്കായി ഉയർന്നുവന്ന് വീടാകെ മുഴങ്ങുന്നു. ആ വീട്ടിൽ, അപ്പോൾത്തന്നെ ഏറെയകലെയല്ലാതെ ചെറുപ്പമായ മറ്റു കൈകളും ഉണ്ട്. ആ കൈകൾ പിയാനോ മീട്ടുകയാണ്. പക്ഷേ, ആ അതിവേഗ നൃത്തസംഗീതത്തിനു പോലും കീഴ്പ്പെടുത്താൻ കഴിയാത്ത മറ്റൊരു ശബ്ദം അവിടെ ഉയരുന്നുണ്ട് - മുത്തശ്ശൻ വലിക്കുന്ന ഹുക്കയിലെ ഗുളുഗുളുശബ്ദം...

“എത്ര മുഗ്ദ്ധം
എത്ര മോഹനം
അത്രമേലുദാരമീ
പനിനീർപ്പൂവുകൾ”

ഇതാ ഞാനിരിക്കുന്ന മുറിയിലെ ഒറ്റത്തിരി ആളിക്കത്തി കെട്ടുപോയിരിക്കുന്നു.

അതാ കേൾക്കുന്നുണ്ട് ഒച്ചയടഞ്ഞ ഒരു വരണ്ട ചുമ - ആരാണിങ്ങനെ ചുമയ്ക്കുന്നത്?

എന്റെ വളർത്തുനായയ്ക്ക് വയസ്സായിപ്പോയി. അവൻ എന്റെ കാൽക്കൽ ചുരുണ്ടുകൂടികിടപ്പാണ്. അവൻ എന്റെ ഏകമിത്രം, സദാ കൂടെയുള്ളവൻ...

...ഞാനും വയസ്സനായി
തണുത്തു വിറങ്ങലിച്ചുപോയി...
"എത്ര മുഗ്ദ്ധം
എത്ര മോഹനം
അത്രമേലുദാരമീ
പനിനീർപ്പൂവുകൾ."

സംന്യാസിയും ഞാനും

താപസനും പുണ്യവാനുമായ ഒരു സംന്യാസിയെ പരിചയപ്പെടുത്താം:

അദ്ദേഹവുമായി നല്ല പരിചയത്തിലാണ് ഞാൻ. പ്രാർത്ഥന അദ്ദേഹത്തിന് ആനന്ദം പ്രദാനം ചെയ്തു.

ദേവാലയത്തിലെ തണുത്തുമരവിച്ച നിലത്ത് ആ സംന്യാസി ധ്യാനസ്ഥനായി എത്രയോ നേരം നില്ക്കുക പതിവാണ്. ആ നില്പിൽ കാൽമുട്ടിനു താഴ്ഭാഗം വിറങ്ങലിച്ച് രക്തസഞ്ചാരം ഇല്ലാതാവും. അതറിയാതെ അദ്ദേഹം ദീർഘനേരം പ്രാർത്ഥിച്ചുനില്ക്കും.

അസൂയ തെല്ലുമില്ലാതെതന്നെ എനിക്ക് ആ വിശുദ്ധനെ മനസ്സിലാക്കാനാവുന്നുണ്ട്.

എങ്കിലോ, അദ്ദേഹം എന്നെയും നന്നായി മനസ്സിലാക്കണം എന്ന് എനിക്ക് വാശിയുണ്ട്. കുറ്റാരോപണംകൊണ്ട് കാര്യമില്ല. ശരിയാണ്, അദ്ദേഹത്തിന്റെ പ്രാർത്ഥനാനന്ദം കൈവരിക്കാൻ എനിക്കാവില്ല.

അദ്ദേഹം അഹന്തയെ ത്യജിക്കാൻ പഠിച്ചു. എങ്കിലോ, ഞാനും അങ്ങനെ പഠിക്കുകയാണ്. ഞാൻ പ്രാർത്ഥിക്കാതിരിക്കുന്നതോ, എന്റെ അഹങ്കാരം മൂലവുമല്ലെന്നോർക്കണം.

അദ്ദേഹത്തിന് സ്വന്തം അഹന്തയോട് അത്രമേൽ അസഹ്യതയും വെറുപ്പും ഉണ്ടല്ലോ. അതിനേക്കാൾ കൂടുതലായ അസഹ്യതയും വെറുപ്പുമാണ് എന്റെ അഹന്തയോട് എനിക്കുള്ളതും.

ഏതു വഴിയിലൂടെയാണ് 'ഞാൻ, ഞാൻ' എന്ന ഭാവം വിസ്മൃതമാകേണ്ടതെന്ന് അദ്ദേഹം കണ്ടുപിടിച്ചിരുന്നു....

എങ്കിലോ, ഞാനും അതു കണ്ടെത്തിയിട്ടുണ്ട്, അദ്ദേഹത്തിന്റേതുപോലെ ഇടമുറിയാതെ ഈ അവസ്ഥയിൽ എത്തിച്ചേരാൻ എനിക്കായിട്ടില്ലെങ്കിലും...

അദ്ദേഹം നുണയനല്ല, ഞാനും നുണപറയുകയല്ല.

പ്രേമം പണമല്ല

ഏതു വികാരവും പ്രേമത്തിലേക്കു നയിച്ചേക്കാം; അതിതീവ്രമായ ഹൃദയക്കുരുക്കിലേക്കു കൊണ്ടു പോയേക്കാം -

കാരുണ്യം, അശ്രദ്ധ, ആദരം, ഭയം, എന്തിന് അവജ്ഞപോലും പ്രേമത്തിലേക്കു നയിച്ചേക്കാം. സമസ്തവികാരങ്ങളും പ്രേമത്തിലേക്ക്... നന്ദി, കൃതജ്ഞത എന്നതൊഴികെ സമസ്തവികാരങ്ങളും.

നന്ദി എന്താണ്, ഒരു കടമാണ്. ഓരോരുത്തരും സ്വന്തം കടം വീട്ടുന്നു... എങ്കിലോ, പ്രേമം പണമാകില്ലല്ലോ.

ശൈലികൾ

എനിക്ക് പേടിയാണ് ശൈലികളെ.
ഞാൻ ഒഴിവാക്കിപ്പോരുന്നു ശൈലികളെ.
എങ്കിലോ, ഈ ശൈലീഭയംതന്നെ
ഒരു നാട്യമാവുന്നില്ലേ?

– ഈ വിധത്തിൽ 'ശൈലികൾ', 'നാട്യം' എന്നീ വിദേശപദങ്ങൾക്കിടയിലൂടെ ഭ്രമണം ചെയ്കയും ചാഞ്ചാട്ടം നടത്തുകയുമാണ് മനുഷ്യജീവിതത്തിന്റെ അതിസങ്കീർണ്ണമായ സർവ്വഘടനയും!

വിജയത്തിന്റെ അഹങ്കാരം

ഹാ, ലാളിത്യമേ
പാവനമെന്നു വാഴ്ത്തുന്നു
നിന്നെയവരെല്ലാം
എങ്കിലോ,
വിശുദ്ധത
മാനുഷികമല്ലെടോ.
വിനയമോ-
മാനുഷികസംഗതിതാനെടോ
അഹന്തയെ മർദ്ദിച്ച്
അത് വിജയം വരിക്കുന്നു.
എങ്കിലോ, മറക്കേണ്ട
വിജയവും വികാരമാണെടോ
അതിനുണ്ടതിന്റേതായൊരഹന്തയും.

ഓം

ബ്രാഹ്മണൻ സ്വയം നാഭിയിലേക്കു നോക്കി
ജപിക്കുന്നു - 'ഓം'
ഓംകാരജപത്താൽ ബ്രാഹ്മണൻ
ഈശ്വരസന്നിധിയോട്
കൂടുതൽ അടുക്കുന്നുവത്രെ
എങ്കിലോ,
മനുഷ്യദൗർബല്യങ്ങളുടെ
സൂചകമല്ലേ നാഭി?
ഈശ്വരവിചാരം തെല്ലും
ഉളവാക്കാത്തതുമല്ലേ നാഭി?
നാഭിയോളം ബലഹീനമായി
മറ്റെന്തെങ്കിലും ശരീരത്തിൽ
ഉണ്ടെന്നു തോന്നുന്നില്ല.

നിന്റെ കരച്ചിൽ

എന്റെ ദുഃഖം കണ്ട് നീ പൊട്ടിക്കരഞ്ഞു
- ഞാൻ വിചാരിച്ചു
നിന്റെ കണ്ണുനിറഞ്ഞതുകണ്ട്
എന്നോടുള്ള നിന്റെ ആർദ്രതയിൽ
എനിക്കുണ്ടായ സഹതാപത്താൽ
എന്റെ കണ്ണും നിറഞ്ഞു.
സത്യം എന്താണ്
നിന്റെ കരച്ചിൽ
സ്വന്തം ദൈന്യതയോർക്കയാൽ.
പക്ഷേ
ആ ദൈന്യത
നീ എന്നിൽ കണ്ടതുകൊണ്ടല്ലേ
ഈ കരച്ചിൽ?
- ഞാൻ വിചാരിക്കുന്നു.

പ്രേമം എന്ന വികാരം

എല്ലാവരും പറയുന്നു
അത്യുന്നതം പ്രേമമെന്ന്
അലൗകികം പ്രേമമെന്ന്.
അപരാത്മാവ്
നമ്മുടെ ഹൃദയത്തിൽ
വേരുറപ്പിക്കുമ്പോൾ
അത് പ്രണയം
അതോടെ നമ്മുടെ ഉള്ളവും
അതിരറ്റു വികാസം കൊള്ളുകയായി.
ഓർക്കുക, അപ്പോൾത്തന്നെ
അത് പുറമെ നിന്നൊരു
ആക്രമണത്തിന് കീഴ്പ്പെടുകയും ചെയ്യുന്നു.
ആ വിധേയത്വം കൊണ്ടുതന്നെ
നാം നീങ്ങുന്നു ഏറെ മുന്നോട്ടേക്ക്
പഴയമനുഷ്യൻ ഇല്ലാതാകുന്നു അതോടെ
പുതിയമനുഷ്യൻ പിറക്കുന്നു.
രക്തമാംസങ്ങളും എല്ലും എലുമ്പുമാണ്
മനുഷ്യൻ
എന്നിട്ടും അവൻ പുനർജന്മത്തിനായുള്ള
ഇത്തരമൊരു മരണത്തെപ്പോലും
എതിർക്കുന്നു.
ഉയിർത്തെഴുന്നേല്പ് എന്ന
ഒന്നുണ്ടെങ്കിൽ
അത് ദേവന്മാർക്കുള്ളതത്രെ.

പ്രാർത്ഥനയും സത്യവും

മനുഷ്യൻ പ്രാർത്ഥിക്കുന്നത് എന്തിനുവേണ്ടിയുമാകട്ടെ,
തൊഴുതുള്ള ആ നില്പ്
ഒരത്ഭുതം സംഭവിച്ചുകാണാനാണ്.
'ലോകാലോകപ്പൊരുളേ, സർവ്വശക്തൻ നീ
എങ്കിലും ദയവായി, നീ, രണ്ടും രണ്ടും
നാലാക്കാതിരിക്കണേ'
- ഇതായിരിക്കും എല്ലാ പ്രാർത്ഥനകളുടെയും സാരം.
എങ്കിലോ, യഥാർത്ഥപ്രാർത്ഥന എന്ത്?
ഒരു മനുഷ്യൻ മറ്റൊരു മനുഷ്യന്റെ മുമ്പിൽ
ഉൽകൃഷ്ടമായി അർത്ഥിക്കുന്നതേ പ്രാർത്ഥനയാവൂ.
അവിചാര്യം, അസാദ്ധ്യം
അമൂർത്തതയോടുള്ള പ്രാർത്ഥിക്കൽ.
ആട്ടെ, ജീവനായും നാമമായും രൂപമായും
വർത്തിക്കുന്ന ഈശ്വരനുപോലും സാധിക്കുമോ
2+2 = 4 എന്ന സത്യം മാറ്റിമറിക്കാൻ?
'സാധിക്കും' എന്ന് പറയാൻ
ബാദ്ധ്യസ്ഥർ വിശ്വാസികൾ
സ്വയം ബോദ്ധ്യപ്പെടുത്താനും ബാദ്ധ്യസ്ഥർ.
എങ്കിലോ, കാര്യകാരണബന്ധം തിരയുന്ന
യുക്തിബോധം ഇത്തരം അന്ധതയെ
നേരിടാൻ അവനെ നിർബ്ബന്ധിക്കുന്നു
വെന്നു കരുതുക. അപ്പോഴോ?
അപ്പോഴല്ലേ ഷേക്സ്പിയർ

അവനെ പിൻതുണയ്ക്കാനെത്തുക!
"ഹൊറേഷ്യോ, നിന്റെ തത്ത്വശാസ്ത്രം
സ്വപ്നം കണ്ടിട്ടില്ലാത്ത പലതും ആകാശത്തും
ഭൂമിയിലുമുണ്ട്" (ഹാംലെറ്റ്, ഒന്നാം അങ്കം, നാലാം രംഗം)

സത്യാവസ്ഥയറിയാവുന്നവർ അത് നിഷേധിക്കാൻ മുന്നിട്ടു വന്നാലോ?

'എന്താണ് സത്യം എന്നു പറഞ്ഞാൽ?' എന്ന വിശ്രുതമായ സുവിശേഷവാക്യം അവൻ മുമ്പോട്ട് ഇട്ടുകൊടുക്കും.

ആകയാൽ, നമുക്കൊന്നിച്ചിരുന്ന് കുടിക്കാം, ആനന്ദിക്കാം - പ്രാർത്ഥിക്കുകയും ആവാം.

സങ്കടങ്ങളിൽ ഏറ്റവും കയ്പേറിയത്*

നീലാകാശം
വെളുത്തകമ്പിളിപോലെ
മോഹനമായ മേഘക്കീറുകൾ
സുഗന്ധം വിതറുന്ന പൂക്കൾ
ഒരു കുഞ്ഞുകണ്ഠത്തിൽനിന്നുയരുന്ന ഗാനത്തിന്റെ
മധുരോദാര നാദങ്ങൾ,
ഉൽകൃഷ്ടകലയുടെ മനോഹാരിതകൾ
തരുണിയുടെ
സന്തോഷദായകമായ മന്ദസ്മിതം,
അവളുടെ വശ്യതയാർന്ന കണ്ണുകൾ
- എന്താ, ഇതൊക്കെ കൊണ്ടൊരു പ്രയോജനം
ഹാ, വല്ല പ്രയോജനവുമുണ്ടോ?
എങ്കിലോ,
കാണുമ്പോഴേ ഓക്കാനം വരുത്തുന്ന
വിഫലമായ ഒരു സ്പൂൺ മരുന്ന്
രണ്ടുമണിക്കൂർ ഇടവിട്ട്...
ഇതേ ഇപ്പോൾ വേണ്ടതായിട്ടുള്ളൂ.

....

'പിന്നെ അവൾ എന്നോടു പറഞ്ഞു:

"അത്രമേൽ കഠിനമായ അവശതയിൽ പെട്ടിരിക്കെ, പണ്ട് നമ്മെ ആനന്ദിപ്പിച്ച കാലങ്ങൾ ഓർമ്മയിലേക്കു കടന്നുവരുന്നതാണ് സങ്കടങ്ങളിൽവെച്ച് ഏറ്റവും കയ്പ്പേറിയ സങ്കടം. ഇതു നിന്റെ ഡോക്ടർക്കറിയാമല്ലോ."

* മഹാകവി ദാന്തെ, ഡിവൈൻ കോമഡി, അഞ്ചാം സർഗ്ഗം: "Then she said to me : The bitterest woe of woes is to remember in our wretchedness, old happy times and this thy Doctor knows."

കിന്നരിമൈന

1

കിടന്നെങ്കിലും ഉറങ്ങാൻ പറ്റുന്നില്ല. മനസ്സിലെന്തോ നീറുകയാണ്. കനത്ത ഭാരങ്ങൾ പേറി നീങ്ങുകയാണ് ചിന്തകൾ; ഇരുളിൽ മൊട്ടക്കുന്നുകൾക്കു മീതെ മേഘക്കൂട്ടങ്ങൾപോലെ.

എന്തുപറയാൻ! ഞാനൊരു പ്രേമപാശത്തിൽ ബന്ധിതനാണ്, നിരാശനായി, ദുഃഖിതനായി.

എന്തിനേ ഈ വാർദ്ധക്യത്തിൽ ഇങ്ങനെയൊരു അവസ്ഥ. സമ്പൂർണ്ണമായും തകർക്കാൻ സാധിക്കാതെപോയ ജീവിതത്തിൽ യൗവനം അല്പവും ബാക്കിയില്ലെങ്കിലും മൂഢമായി ഹൃദയം സൂക്ഷിച്ചുവെച്ച യുവത്വം വിഫലമായി താലോലിക്കുന്ന ഒരു പ്രണയം!

മുന്നിലെ അരണ്ട വെട്ടത്തിൽ ഒട്ടും തെളിയാത്ത ഒരു ജനാലയുടെ രൂപം കാണുന്നു. എന്റെ മുറിയിലെന്തൊക്കെയെന്ന് കാണാനാവുന്നില്ല. ഗ്രീഷ്മകാലത്തെ ഈ പുലർകാലത്തിൽ മുറിയാകെ മ്ലാനമാണ്. പുറത്തും അതേ അവസ്ഥ തന്നെ. കടൽപോലെ മഞ്ഞ്.

മൂന്നുമണിയാവാൻ പതിനഞ്ചു മിനിറ്റുകൂടി കഴിയണം. അപ്പോഴേക്കും കനത്ത മഞ്ഞുവീഴ്ചയെ ഗൗനിക്കാതെ ജനലിനടുത്തായി ആ കിന്നരിമൈന പാടിത്തുടങ്ങിയിരിക്കുന്നു, കരുത്തോടെ ആത്മവിശ്വാസത്തോടെ ആ നാദം നിശ്ശബ്ദതയെ ഭഞ്ജിച്ചുകൊണ്ട് പ്രസരിക്കുന്നു. എന്റെ ചെവിയിൽ, മസ്തിഷ്കത്തിൽ, ഉറക്കം നഷ്ടപ്പെട്ട് താന്തോന്നിയായ വികാരങ്ങളാൽ ശിഥിലമായ തലച്ചോറിൽ ആ ഗാനം പ്രസരിക്കുകയാണ്.

ആ ഗാനത്തിലുണ്ട് അനന്തതയുടെ വീർപ്പുകൾ, നിത്യതയുടെ ആലസ്യവും പ്രസരിപ്പും, ഹാ ഞാൻ കേൾക്കുന്നു ആ ഗാനത്തിൽ പ്രകൃതീശ്വരിയുടെ സ്വരം.

കിന്നരിമൈന അതേ കരുത്തോടെ ആത്മവിശ്വാസത്തോടെ പാട്ടു തുടരുകയാണ്. ഇത്തിരിനേരം കഴിഞ്ഞാലും പതിവുപോലെ സൂര്യൻ തന്റെ വെളിച്ചം വിതറുമെന്ന് ആ മൈനയ്ക്കറിയാം.

സഹസ്രാബ്ദങ്ങൾക്കപ്പുറത്ത് ഇതേ സൂര്യനെ തോറ്റിയുണർത്തി യതും അഭിവാദനം ചെയ്തതും ഇതേ കിന്നരിമൈന തന്നെ. ഇനിയും ആയിരം സംവത്സരങ്ങൾക്കുശേഷവും സവിതാവിനെ കാത്തുനില്പു ണ്ടാവും, ആ മൈന.

അന്ന് ഞാനോ? എന്തോ അവശിഷ്ടങ്ങളായിട്ടുണ്ടാവും അദൃശ്യ ധൂളിയായിട്ടുണ്ടാവും. അന്നും സനാതന ചൈതന്യമായി വർത്തിക്കുന്ന ആ മൈനയ്ക്കുചുറ്റും ഞാനാകുന്ന ധൂളി ഭ്രമണം ചെയ്യുകയാവും.

"പ്രിയപ്പെട്ട കിന്നരിമൈനേ, ഞാനൊരു വൃദ്ധനായ അനുരാഗരോഗി* എത്രയും പരിഹാസ്യൻ. എന്റെ അഭിവാദനം കൈക്കൊള്ളുക. ദുഃഖ നിർഭരമായ ഈ അവസ്ഥയിൽ എന്റെ മുറിക്കു പുറത്തു കനലിനരി കിൽ വന്നിരുന്ന് അത്രമേൽ ധീരമായി സ്വതന്ത്രമായി നീ ഉതിർത്ത ഗാന ത്തിന്, നന്ദി!"

ഞാനങ്ങനെ പറഞ്ഞെങ്കിലും എനിക്കത് തെല്ലും ആശ്വാസമായില്ല. അതിന് ഞാൻ കൊതിച്ചിട്ടുമുണ്ടായിരുന്നില്ല. എങ്കിലും എന്തിനെന്നറി യില്ല, എന്റെ കണ്ണ് അശ്രുനിർഭരമായി. ഹൃദയമൊന്നനങ്ങി. നിമിഷനേര ത്തേക്കാണെങ്കിലും ദുസ്സഹമായ ഹൃദയത്തിന്റെ ഭൗതികഭാരം ആരോ നീക്കം ചെയ്തതുപോലൊരു ലാഘവം എനിക്കനുഭവപ്പെട്ടു. ഞാനൊന്നു പുഞ്ചിരിക്കാൻ തുടങ്ങുകയായി.

പ്രഭാതത്തിന്റെ തോറ്റം പാട്ടുകാരാ, ഞാൻ പ്രണയിക്കുന്നതെന്തെന്ന് എനിക്ക് തോന്നിത്തുടങ്ങുന്നു. അജയ്യമായ നിന്റെ നിത്യഗാനത്തെപ്പോലെ പുതുപുത്തനും യുവത്വനിർഭരവുമായ ഒന്നിനെയല്ലേ ഞാൻ പ്രണയി ക്കുന്നത്? അറ്റമെഴാത്ത സാഗരത്തിനുള്ളിലേക്ക് കൊടുംതണുപ്പാർന്ന തിരമാലകൾ എന്നെ കീഴ്പ്പെടുത്തിക്കൊണ്ടുപോവുകയാണ്, ഈ ആത്യ ന്തിക മുഹൂർത്തത്തിൽ എന്തിനെയെങ്കിലും സ്വന്തം സ്വന്തം എന്ന് ആവേശംകൊണ്ട് കെട്ടിപ്പുണരുന്നതിൽ എന്തർത്ഥമാണുള്ളത്?

ഞാൻ വിലപിച്ചുകൊണ്ടിരിക്കുന്നു. ആ കിന്നരിമൈനയോ? പാടി ക്കൊണ്ടേയിരിക്കുന്നു, പതറാതെ, സ്വതന്ത്രമായി. ആ ഗാനത്തിനില്ല ഹൃദയഭാരം; അതു ആഹ്ലാദകരമായ ചിരന്തന ഗീതം.

ഉദയമായി; സൂര്യകിരണങ്ങളേറ്റു തിളങ്ങുന്നു അശ്രുനിർഭരമായി എന്റെ മുഖം.

ഇപ്പോൾ എന്റെ മുഖത്ത് കാണുന്നില്ലേ എന്റെ ആ പഴയ മന്ദസ് മിതം!

---

* ജൂലിയയോടുള്ള പ്രണയമത്രേ ഈ കവിതയ്ക്ക് നിദാനം എന്ന് നിരൂപകർ അഭി പ്രായപ്പെടുന്നു.

2

ഉറക്കം കിട്ടാതെ മറ്റൊരു രാത്രി. കിടക്കയിൽ ഉരുളുകയും മറിയുകയുമാണ് ഞാൻ. ഏറെ പരിചിതമായ ഗ്രീഷ്മകാലപ്പുലർക്കാലം പരിസരത്തിലുണ്ട്. മുൻപ് കണ്ട ആ കിന്നരിമൈനതന്നെ ജനലരികെ വന്നിരുന്ന് ഗാനമാലപിക്കുന്നുണ്ട്. മറക്കാൻ കഴിയാത്ത മുറിവുകൾ എന്റെ ഹൃദയത്തിൽ തുടിച്ചുകൊണ്ടിരിക്കുന്നു.

എന്തേ ഇക്കുറി ആ ഗാനം എന്നെ ആശ്വസിപ്പിക്കുന്നില്ല! ഇപ്പോൾ എന്റെ ചിന്ത സ്വന്തം വ്രണങ്ങളെക്കുറിച്ചല്ല. വേറെ ചില മുറിവുകൾ- ഭീതിദമായ മുറിവുകൾ - ആണ് ഇത്തവണ എന്നെ അലട്ടിക്കൊണ്ടിരിക്കുന്നത്.

നോക്കൂ എണ്ണിപ്പറയാനാവാത്തവിധം എന്റെ സഹോദരങ്ങളുടെ മുറിവുകൾ. ഈ മുറിവുകളിൽ നിന്ന് കുത്തിയൊഴുകുകയാണ് ചോരപ്പുഴ, നിരന്തരം, നിഷ്ഫലം - പുരപ്പുറത്തുനിന്നും കുത്തിയൊലിക്കുന്ന ചെമ്മഴ ഇടവഴികളിലും ചാലുകളിലും വീഴുന്ന പോലെ.

നോക്കൂ, അകലെയകലെ കീഴടക്കാൻ കഴിയാത്ത കോട്ടകളുടെ കനത്ത ഭിത്തികൾക്കു കീഴിൽ മുറിവേറ്റു മരിച്ചു വീഴുന്നു എന്റെ സഖാക്കൾ. മൃത്യുവിന്റെ കരാളവക്ത്രത്തിലേക്ക് കഴിവുകെട്ട നേതാക്കൾ എന്റെ സഹോദരങ്ങളെ വാരിയെറിഞ്ഞുകൊണ്ടിരിക്കുന്നു. ആവലാതികളില്ലാതെ, പരാതികളില്ലാതെ അവർ ചത്തുവീഴുന്നു. കരുണ കിട്ടാത്ത മരണയാത്രകൾ. സ്വന്തം ദുഃസ്ഥിതിയിൽ അവർക്കു തോന്നുന്നില്ലൊരു ദുഃഖവും. മുട്ടാളന്മാരായ നേതാക്കളിൽനിന്ന് എന്തു സഹതാപം കിട്ടാൻ!**

കുറ്റവാളികളുണ്ടോ ഇതിൽ? ഇല്ല. ആട്ടെ, നിരപരാധികൾ ഉണ്ടോ? അതും ഇല്ല! കറ്റമെതിക്കുന്ന യന്ത്രം മുൻപോട്ടുതന്നെ നീങ്ങിക്കൊണ്ടിരിക്കുന്നു. ധാന്യം ഏതു കതിരിൽ, പതിര് ഏതു കതിരിൽ? കാലത്തിനേ അത് തെളിയിക്കാനാകൂ.

ഇതിനോടു തട്ടിച്ചുനോക്കുമ്പോൾ, എന്റെ മുറിവുകൾ എത്ര തുച്ഛം! എന്റെ ദുഃഖങ്ങൾ എത്ര തുച്ഛം! ഒന്നു കരയാൻ പോലും എനിക്ക് ധൈര്യം കിട്ടുന്നില്ല. മനസ്സെന്ന തീച്ചൂള എന്നിലേക്കു തന്നെ മുങ്ങിത്താഴുന്നു- പരുപരുത്ത തലയണയിൽ ഞാനെന്റെ മുഖം പൂഴ്ത്തുന്നു, ഒരു കുറ്റവാളിയെപ്പോലെ. എന്താണിപ്പോൾ എന്റെ മുഖത്ത്?

കണ്ണീരോ ചോരയോ!

** 1878 ആഗസ്തിൽ എഴുതിയ കവിത. ബാൾക്കൻയുദ്ധം കഴിഞ്ഞ ഉടനെ എഴുതിയതാണ്. 'കിന്നരിമൈന'യുടെ രണ്ടാം ഭാഗമായി കൊടുത്ത കവിത.

കൂടില്ലാത്ത പക്ഷി

എവിടെ പോകും, എന്തു ചെയ്യും, ഞാൻ കൂടില്ലാത്തപക്ഷിയെ പോലെ.

ഇല കൊഴിഞ്ഞ് ഉണങ്ങിയൊരു മരക്കൊമ്പിൽ ചിറകുവിരുത്തി ഇരിക്കുന്ന ഒരു പക്ഷിക്ക് അവിടെത്തന്നെ എത്രനേരം കഴിച്ചുകൂട്ടാനാവും, അതു എവിടെപ്പോകും എന്തുചെയ്യും?

പൊടുന്നനെ അത്, പ്രാപ്പിടിയൻ ഭയപ്പെടുത്തിയ പ്രാവിനെപ്പോലെ, ചിറകുവിടർത്തി എങ്ങോട്ടോ പറന്നുപോയി. ഏതെങ്കിലും ഒരു പച്ചച്ചില്ല അതിന് കിട്ടുമോ? അല്പകാലത്തേക്കെങ്കിലും ഒരു കൂടുവെച്ചു ജീവിക്കാൻ അതിന് യോഗമുണ്ടാവില്ലേ?

താഴെത്താഴെ ഓരോ ഇടം നോക്കിനോക്കി ആ പക്ഷി പറന്നു, എത്രയോ ദൂരം. എത്തിച്ചേർന്നതോ, ഒരു മരുഭൂമിയിൽ! പൊടുന്നനെ അത് താഴെത്താഴെ ഓരോ ഇടം നോക്കി നോക്കി എത്രയും ധൃതിയിൽ പറക്കുകയായി.

താഴെത്താഴെ അതേ മണൽക്കാടുപോലെ കാണായി ചൈതന്യമറ്റ് മഞ്ഞച്ച ഒരു സമുദ്രം. സമുദ്രം അനങ്ങുന്നുണ്ട്, ഇരമ്പുന്നുണ്ട്. ആ നിത്യമായ ഇരമ്പത്തിൽ, ഏകതാനമായ കോളിളക്കങ്ങളിൽ ചൈതന്യമില്ല. ആ പക്ഷിക്ക് സമുദ്രവും ശരണമായില്ല.

പിന്നെപ്പിന്നെ ആ പക്ഷിയുടെ ചിറകുകൾക്ക് കരുത്തില്ലാതായി. അത് താഴേക്ക് പോരികയാണ് പറന്നുപറന്ന് സ്വർഗ്ഗത്തിലേക്ക് കുതിക്കാൻ പറ്റിയിരുന്നെങ്കിൽ.. എങ്കിലോ, അനന്തമായ ശൂന്യതയിൽ കൂടുണ്ടാക്കുവതെങ്ങനെ?

ഒടുവിൽ, ഏറെ ദീർഘിച്ചൊരു നിലവിളിയോടെ ആ പക്ഷി സമുദ്രത്തിൽ പതിച്ചു. ഒരു തിരമാല വന്ന് അതിനെ വിഴുങ്ങി മുമ്പോട്ടുമുമ്പോട്ട് അർത്ഥശൂന്യമായ മുഴക്കത്തോടെ പാഞ്ഞുകൊണ്ടിരിക്കുന്നു.

എവിടെപ്പോകും എന്തുചെയ്യും ഞാനും? സമുദ്രത്തിലേക്കു വീഴാൻ എനിക്കു സമയമടുത്തില്ലേ?

പാനപാത്രം

(ജീവിതത്തിന്റെ അവസാനനാളുകളിലെപ്പോഴോ എഴുതിയതാകാം ഈ കവിത. തുർഗനേവ് മരിക്കുന്നതിന് രണ്ടാഴ്ച മുൻപ്, കൂട്ടുകാരിയായ പോളിനെ വിളിച്ച്, പറയുന്നത് കുറിച്ചെടുക്കാൻ അദ്ദേഹം ആവശ്യപ്പെട്ടത്രെ. ഫ്രഞ്ചുഭാഷയിൽ പറഞ്ഞുകൊടുത്തപ്പോൾ എന്തുകൊണ്ടാണ് റഷ്യൻ ഭാഷയിൽ പറയാത്തതെന്ന് പോളിൻ ചോദിച്ചത്രെ. കരഞ്ഞുകൊണ്ടാണത്രെ തുർഗനേവ് മറുപടി പറഞ്ഞത്: "അങ്ങനെയായാൽ ശൈലിയുടെ വശ്യതയ്ക്കുവേണ്ടി പ്രയാസപ്പെടേണ്ടിവരും. അതിനുള്ള ശക്തിയൊന്നും ഈ നിമിഷം എനിക്കില്ല.")

ഇത് ഇത്രമേൽ പരിഹാസ്യം, ഞാനെന്നെത്തന്നെയും ആശ്ചര്യപ്പെടുത്തുന്നു.

നോക്കൂ, ഞാനനുഭവിക്കുന്ന ഈ ദുഃഖം എത്രയും യാഥാർത്ഥ്യമാകുന്നു. ശരിക്കും ജീവിതം എനിക്ക് ഭാരമായിത്തീർന്നിരിക്കുന്നു. എന്റെ ചിന്തകളെല്ലാം വിരസം, മൂകം, ശൂന്യം. എങ്കിലും അവയ്ക്ക് ഭാവദീപ്തി വരുത്താൻ ഞാനെത്രയോ പാടുപെടുന്നുണ്ട്. ഞാൻ തേടിക്കൊണ്ടേയിരിക്കുന്നു പുതുകല്പനകൾ, ഔപമ്യങ്ങൾ. ഈ നിമിഷത്തിലും ഞാൻ കൊതിക്കുന്നു, എന്റെ ഭാഷാശൈലിയുടെ ആന്തരികത്തിളക്കത്തിനുവേണ്ടി. എനിക്കതു നിർബ്ബന്ധമാണ്. വാങ്മയത്തിന് നാദരാഗതാളലയം ഉണ്ടാവണം. എനിക്കതാണ് ഇഷ്ടം.

കലാനൈപുണ്യം തികഞ്ഞ ഒരു ശില്പിയെപ്പോലെ എന്റെ സകല സിദ്ധി സാധനകളും വിനിയോഗിച്ച് മെനഞ്ഞുമെനഞ്ഞ് ചന്തം വരുത്തിയെടുക്കുകയാണ് ആ പാനപാത്രം - എനിക്കായി ഞാൻ നിറയ്ക്കുന്ന വിഷത്തിന്റെ പാനപാത്രം.

*ആ തെറ്റ്

വിളറി വെളുത്ത മൃദുലമായ കൈകൾ അവൾ എന്റെ നേരെ നീട്ടിയപ്പോൾ നിന്ദ്യമായ ഒരു കൈയാംഗ്യത്തോടെ ഞാൻ വഴുതിമാറി.

അപ്പോൾ ആ യുവതിയുടെ മുഖം അത്ഭുതംകൊണ്ടു തുടുത്തു, ഒരു കുറ്റപ്പെടുത്തലോടെ ആ ആർദ്രമിഴികൾ എന്റെ നേരെ നോക്കി. ആ നിഷ്കളങ്ക ഹൃദയത്തിന് എന്നെ മനസ്സിലാകുന്നതേയില്ല.

“എന്തേ ഇങ്ങനെ? ഞാനെന്തു തെറ്റു ചെയ്തു?” അവൾ വിതുമ്പി.

നീ എന്തു തെറ്റു ചെയ്തെന്നാണോ ചോദിക്കുന്നത്? സ്വർഗ്ഗലോകത്ത് വിശുദ്ധിയുടെ പാരമ്യത്തിൽ കഴിയുന്ന മാലാഖമാരില്ലേ? ഒരു

---

* ‘വൈകിയെങ്കിലും അവളുടെ ഓർമ്മയ്ക്കായി’, ‘കിന്നരിമൈന’ ഒന്നാം ഭാഗം - ഈ കവിതകളോടു ഇതിന് അടുപ്പമുണ്ട്.

അന്ന് 52-കാരനായിരുന്നു തുർഗനേവ്. 32 വയസ്സുകാരിയായ ജൂലിയ വ്രവ്സ്കയായുമായി അദ്ദേഹത്തിന് പ്രണയമുണ്ടായിരുന്നു. ജൂലിയക്ക് എഴുതിയ ഒരു കത്തിൽ ഇങ്ങനെ പറയുന്നു: ‘ചെറുപ്പമായിരുന്നപ്പോൾ സ്വതന്ത്രരായിരുന്നപ്പോൾ - കണ്ടുമുട്ടിയിരുന്നെങ്കിൽ... ഈ വാചകം നീ തന്നെ പൂർത്തിയാക്കുക.’ തന്റെ വാർദ്ധക്യത്തെ സൂചിപ്പിച്ചുകൊണ്ട് തുർഗനേവ് എഴുതിയ കത്തിന് അവൾ മറുപടി അയച്ചിരുന്നു. കല്യാണം കഴിക്കാൻ അവൾക്ക് സമ്മതമാണെന്നായിരിക്കാം മറുപടി. അതിനെത്തുടർന്ന് തുർഗനേവ് എഴുതിയ എഴുത്തിൽ പ്രധാനവാക്യം ഇതാണ്: “മുൻപായിരുന്നെങ്കിൽ അക്കാര്യത്തിൽ ഒരു സംശയവും ഉണ്ടാകുമായിരുന്നില്ല.”

ഇതിനിടെ റഷ്യ-തുർക്കി യുദ്ധരംഗത്ത് ഒരു നഴ്സായി സേവനമനുഷ്ഠിക്കാൻ ജൂലിയ തീരുമാനിച്ചിരുന്നു. യുദ്ധരംഗത്തേക്കു പോകുംമുമ്പ് അവർ തമ്മിൽ കാണുകയുണ്ടായി. യുദ്ധരംഗത്തുവെച്ച് രോഗിയായിത്തീർന്ന അവൾ ഒരു സൈനികാശുപത്രിയിൽ വെച്ച് മരണമടഞ്ഞു- ‘വൈകിയെങ്കിലും അവളുടെ ഓർമ്മയ്ക്കായി’ എന്ന ഉജ്ജ്വല സൃഷ്ടി അവളെക്കുറിച്ചുള്ളതാണ്. ഏതായാലും വാർദ്ധക്യകാലത്തെ പ്രണയമാണ് ‘ആ തെറ്റ്’ എന്ന കവിതയിലെ സൂചിതം.

പക്ഷേ, അവർക്കു കഴിഞ്ഞേക്കാം നിന്നെക്കാൾ എളുപ്പത്തിൽ തെറ്റു ചെയ്യാൻ!

അങ്ങനെയാണെന്നിരിക്കിലും, നീ എന്നോടു കാണിച്ച തെറ്റുണ്ടല്ലോ, അതു ഗുരുതരമാണ്.

അറിയണമെന്നുണ്ടോ, ആ തെറ്റെന്തെന്ന്? നിനക്കു ഗ്രഹിക്കാൻ കഴിയാത്തതായ ആ തെറ്റ്, എനിക്കോ നിന്നോടു പറയാൻ ധൈര്യം തരാത്തതുമായ കടുത്ത തെറ്റ്, നിനക്ക് അറിയണമെന്നുണ്ടോ?

എങ്കിലോ, കേട്ടോളൂ: “നീ താരുണ്യമാകുന്നു, ഞാനോ വാർദ്ധക്യവും.”

ഉമ്മറപ്പടി
(ഒരു സ്വപ്നം)

എന്റെ മുൻപിൽ ഇതാ കണ്ണഞ്ചിപ്പിക്കുന്ന, ഒരു കൂറ്റൻ മന്ദിരം. പ്രവേശനദ്വാരത്തിൽ കാണാം ഒരു ഇടുങ്ങിയ വാതിൽ. അത് തുറന്നു കിടക്കുകയാണ്. വാതിലിന്റെ അപ്പുറത്ത് നേരിയ ഒരു വെട്ടം കാണാം. വാതിൽ ഇടുങ്ങിയതാണെന്നു പറഞ്ഞല്ലോ. അതിന്റെ പടി കുറെ പൊങ്ങിയിട്ടാണ്. ആ പടിയുടെ മുമ്പിൽ അതാ ഒരു റഷ്യൻ ബാലിക.

കെട്ടിടത്തിന്റെ മതിൽക്കെട്ടിനുള്ളിൽ നേരിയൊരു മൂടൽമഞ്ഞുണ്ട്. ആ മന്ദിരത്തിന്റെ ആഴങ്ങളിൽനിന്ന് കഠിനശീതം മുറ്റിയ കാറ്റ് വീശുന്നുണ്ട്. ആ കാറ്റിൽ മന്ദമായ ഒരു നാദം ഉണ്ട്.

'പടി കടന്നകത്തേക്കു കയറാൻ തുനിയുന്ന കുട്ടീ, അതിനുള്ളിൽ നിന്നെ കാത്തിരിക്കുന്നതെന്തെന്ന് നിനക്കറിയാമോ?'

'അറിയാമേ. കടുത്ത തണുപ്പ്, കടുത്ത വിശപ്പ്, നിഷ്കരുണമായ ഉപേക്ഷ, ദുസ്സഹമായ നിന്ദയും പരിഹാസവും തടവറയും അജ്ഞാത രോഗങ്ങളും... പിന്നെ, അവിടെ കാത്തിരിപ്പുണ്ട്. മൃത്യുവും.'

'അതൊക്കെ എനിക്കുമറിയാം. എന്നാൽ നിനക്കറിയാത്ത ഒന്നുണ്ട്. എല്ലാവരും നിന്നെ തള്ളിപ്പറയും, ആരും അംഗീകരിക്കില്ല. ഒറ്റപ്പെടലിന്റെ ദുരിതം നിനക്കനുഭവിക്കേണ്ടിവരും.'

'അതൊക്കെ എനിക്കുമറിയാം.. എല്ലാറ്റിനും തയ്യാറായാണ് ഞാൻ വന്നിരിക്കുന്നത്. സകല പീഡനങ്ങളും കഷ്ടനഷ്ടങ്ങളും സഹിക്കാൻ ഞാൻ തീരുമാനിച്ചിരിക്കുന്നു.'

'ശത്രുക്കളിൽ നിന്നതൊക്കെയുണ്ടാവുക സ്വാഭാവികം. പക്ഷേ, നിന്റെ ബന്ധുക്കളിൽനിന്നും സുഹൃത്തുക്കളിൽ നിന്നുപോലും ആ കഷ്ടപ്പാടുകൾ സഹിക്കേണ്ടിവന്നാലോ?'

'ആവട്ടെ, എങ്ങനെയായാലും ഇതുതന്നെ എന്റെ തീരുമാനം.'

'ആട്ടെ നിന്നെ ബലികൊടുക്കാൻ നീ തയ്യാറാണോ.?'

'തയ്യാറാണ്.'

'നാമവിഹീനമായ ആത്മബലി ആയിരിക്കും അത് എന്ന് നീ മനസ്സിലാക്കിയിട്ടുണ്ടോ?' ഉണ്ടാകുന്നത് നിന്റെ നാശം മാത്രം. ആത്മബലിക്കുശേഷമുള്ള കാലങ്ങളിൽ ആരുടെ സ്മരണയെ വാഴ്ത്തണമെന്നുപോലും ആർക്കും അറിവുണ്ടാവില്ല.'

'എനിക്കങ്ങനെ ഉപകാരസ്മരണയൊന്നും ആവശ്യമില്ല. ആരുടെയും സഹതാപവാഴ്ത്തുക്കളും എന്റെ മേൽ ചൊരിയേണ്ട. എനിക്ക് പേരെടുക്കുകയും വേണ്ട.'

'എങ്കിൽ അത്യാചാരങ്ങൾ ചെയ്യാൻ നീ തയ്യാറാണോ?'

'തയ്യാറാണ്, കൊലപാതകങ്ങൾ പോലും' ആ ബാലിക തലയൊന്നു കുനിച്ച് പറഞ്ഞു നിർത്തി.

അശരീരിയായ ആ ശബ്ദം പിന്നെ കുറേ നേരത്തേക്കു ഒന്നും ചോദിച്ചില്ല.

ഒടുവിൽ ആ അശരീരി ചോദിച്ചു:

'അറിയാമോ, ഒരുപക്ഷേ, ഇപ്പോൾ നീ വിശ്വസിക്കുന്ന കാര്യങ്ങളിൽ കുറേ കഴിയുമ്പോൾ നിനക്ക് വിശ്വാസം നഷ്ടപ്പെട്ടേക്കാം. നീ വഞ്ചിതയായിയെന്നൊരു തോന്നൽ നിന്നെ ഗ്രസിച്ചേക്കാം. താരുണ്യത്തോടടുക്കാറായ നിന്റെ കുരുന്നു ജീവൻ ഒന്നിനും ഉപകരിക്കാനാകാതെ ചോരക്കുരുതിയായിപ്പോയല്ലോ എന്ന് സങ്കടപ്പെട്ടേക്കാം.'

'എനിക്കതും അറിയാമേ. എല്ലാം അറിഞ്ഞുകൊണ്ടു തന്നെയാണ് അകത്തേക്കു കടക്കാൻ വന്നു നില്ക്കുന്നത്.'

---

* ഈ കവിത ആദ്യമായി പ്രകാശിപ്പിച്ചത് *പീപ്പിൾസ് വിൽ* എന്ന വിപ്ലവ പത്രത്തിലത്രെ. സാർ ചക്രവർത്തിയായ അലക്സാണ്ടർ രണ്ടാമനെ വധിച്ച അജ്ഞാതസംഘത്തിലെ നായികയായിരുന്നു സോഫിയാ പെട്രോക്സാ. ആ നായികയാണ് ഈ കവിതയിൽ അന്തസ്സന്നിവേശം ചെയ്യപ്പെട്ടിരിക്കുന്നത് എന്നൊരു ധാരണ പരന്നു. ചരിത്രപരമായി ഈ ധാരണ പിശകാണത്രെ. ചക്രവർത്തിയെ വധിച്ചത് 1881 ൽ. ഈ കവിത എഴുതിയത് 1878 ലും എന്ന് ചൂണ്ടിക്കാണിക്കപ്പെടുന്നു.

ജനറൽ ട്രെപ്പോവിനെ കൊല്ലാൻ വീറാസാസുലിച്ച് എന്ന മഹതി ശ്രമിച്ചുവത്രെ. ആ സംഭവത്തെ ആധാരമാക്കിയാണ് ഈ കവിത എന്ന് ചിലർ പറയുന്നു (*തുർഗനേവിന്റെ സാഹിത്യ സ്മരണകൾ* എന്ന ഗ്രന്ഥത്തിൽ വിൻസന്റിന്റെ ലേഖനം)

രാഷ്ട്രീയമണ്ഡലത്തിലുള്ള തുർഗനേവിന്റെ വളർച്ചയെ പ്രതിനിധാനം ചെയ്യുന്ന ഒരു കവിതയായി ഇതിനെ കണക്കാക്കാമെന്ന് പലരും അഭിപ്രായപ്പെട്ടിട്ടുണ്ട്. ആദ്യകാലത്തൊക്കെ ഭരണകർത്താക്കളിൽ വിശ്വാസമർപ്പിച്ച ഒരു വ്യക്തിയായിരുന്നു തുർഗനേവ്. പക്ഷേ, ക്രമേണ ആ വിശ്വാസം ഇല്ലാതായിത്തുടങ്ങി. വയസ്സനായിപ്പോയി എന്നതായിരുന്നു അദ്ദേഹത്തിന്റെ പ്രശ്നം. യുവാവായിരുന്നെങ്കിൽ സമൂഹത്തിന്റെ താഴെത്തട്ടുകളിൽനിന്നുവരുന്ന കൊടുങ്കാറ്റുകൾക്കൊപ്പം നീങ്ങാനും വിപ്ലവയുവജന പ്രസ്ഥാനങ്ങളിൽ പങ്കുചേരാനും കഴിയുമായിരുന്നുവെന്ന് പില്ക്കാലങ്ങളിൽ അദ്ദേഹം തന്നെ പറഞ്ഞിട്ടുമുണ്ട്. ചുരുക്കത്തിൽ വിപ്ലവാഭിമുഖ്യം പ്രകടിപ്പിക്കുന്ന ശക്തമായൊരു രചനയാണ് ഈ കവിത എന്ന് കരുതുകയാവും ഉചിതം.

'എങ്കിലോ അകത്തേക്കു പ്രവേശിച്ചോളൂ.'

ബാലിക പൊന്തി നില്ക്കുന്ന ഉമ്മറപ്പടി കടന്നതും ഉടനെ കനത്തു കട്ടിയായ ഒരു തിരശ്ശീല അവൾക്കു പിറകിൽ വന്നുവീണു.

'വിഢ്ഢീ!' പിന്നിൽ നിന്ന് അങ്ങനെയൊരു വിളി ഉയർന്ന നിമിഷം തന്നെ, മറ്റൊരു ദിശയിൽ നിന്ന് അതിനുള്ള മറുപടിയും ഉയർന്നുകേട്ടു.

'വിശുദ്ധ... പുണ്യവതി...'

സഞ്ചരിച്ചു ഞാൻ പർവ്വതങ്ങൾക്കു നടുവിലൂടെ

പർവ്വതനിരകളുടെ നടുവിലൂടെ
വെള്ളിവെളിച്ചം വിതറുന്ന
അരുവികളുടെ, നദീതടങ്ങളുടെ അരികിലൂടെ...

കണ്ണിൽപ്പെട്ട ഓരോന്നും
എന്നോട് ഒന്നേ പറഞ്ഞുള്ളൂ:
ഞാൻ സ്നേഹിക്കുന്നു, സ്നേഹിക്കപ്പെടുന്നു
ഞാൻ സ്നേഹിക്കുന്നു, സ്നേഹിക്കപ്പെടുന്നു
മറ്റുള്ളതൊന്നും ഞാൻ ഓർത്തില്ല.

ഒളിവിതറി, വാനം എന്റെ തലയ്ക്കുമീതെ
മർമ്മരമുതിർത്തു ഇലകൾ
ഗാനമുതിർത്തു കിളികൾ
പറന്നുപോയി അനന്തതയിലേക്ക്
ആഹ്ലാദപൂർവ്വം നിരനിരയായി മേഘങ്ങൾ...

കണ്ണിൽപ്പെട്ട ഓരോന്നും
ഉതിർക്കുന്നുണ്ടായിരുന്നു ആനന്ദ നിശ്വാസങ്ങൾ
അതിന്റെ ആവശ്യം എനിക്കില്ലാതിരുന്നിട്ടും
സമുദ്രത്തിൽ നിന്നെന്നപോലെ
ഏതോ ഒരു തിരമാല എന്നെയും വഹിച്ച്
മുമ്പോട്ടു പാഞ്ഞു,
അപ്പോൾ എന്റെയാത്മാവിൽ

പരന്നു ഒരു ശാന്തത,
സന്താപങ്ങൾക്കപ്പുറത്ത്
ആമോദങ്ങൾക്കുമപ്പുറത്ത്
കടന്നു നില്ക്കുന്ന ഒരു ശാന്തത.
അപ്പോൾ ഞാൻ സ്വയം വിസ്മൃതനായി
ഈ പ്രപഞ്ചമാകെ എന്റേതായി!
ആ നിമിഷത്തിൽ മരിക്കണമായിരുന്നു
എന്തുകൊണ്ട് ഞാൻ മരിച്ചില്ല?

ആ ദിനം, ആ നിമിഷം കടന്നുപോയിട്ടും
എന്തിനേ നാം ജീവിച്ചിരിക്കുന്നു?

വത്സരങ്ങൾ വന്നിതേ
സംവത്സരങ്ങൾ കടന്നുപോയിതേ
അവ വല്ലതും തന്നുവോ
നമുക്കൊന്നും തന്നില്ലല്ലോ-
എങ്കിലും
മൂഢതയും അത്യാമോദവും കൊണ്ടുനിറഞ്ഞ
ആ ദിനത്തേക്കാൾ
മോഹിപ്പിക്കുന്ന യാതൊന്നും
മധുരിപ്പിക്കുന്ന യാതൊന്നും
ജ്വലിപ്പിക്കുന്ന യാതൊന്നും
ആ സംവത്സരങ്ങൾ നമുക്കു തന്നില്ല.

ഞാനില്ലാതാകുന്ന കാലം

(**കോ**ട്ടാർവെനൽ എന്ന സ്ഥലത്ത് തുർഗനേവ് പൊളിൻ എന്ന സഖിയോടൊപ്പം താമസിച്ചിരുന്നു. പുസ്തകവായനയിലേർപ്പെട്ട് ഇരുവരും ഏറെ സന്തോഷിച്ച നാളുകളെപ്പറ്റിയാണ് ഈ കവിത എന്നു പറയപ്പെടുന്നു. മികച്ച സാഹിത്യ സൃഷ്ടികൾ വായിച്ചും ചർച്ച നടത്തിയും അവർ ജീവിതത്തിന്റെ സുഖദുഃഖരൂപകങ്ങളിൽ കരഞ്ഞും ചിരിച്ചും ലയിച്ചതിന്റെ സ്മരണ ഈ കവിതയിൽ അവ്യക്തസുന്ദരമായി അനുഭവപ്പെടുന്നുണ്ട്.)

പ്രിയേ,
ഞാനില്ലാതാകുന്ന ഒരു നാൾ വന്നെത്തും
ഒരുകാലത്ത് ഞാനായിരുന്നതെല്ലാം
മണ്ണടിയുമ്പോൾ
ആ കുടീരത്തിലേക്ക് പോകരുതേ...
ഒന്നും ചെയ്യാനില്ലല്ലോ
നിനക്കവിടെ

പ്രിയേ,
എന്നെ മറക്കരുതേ
പക്ഷേ,
നിന്റെ വിനോദങ്ങളുടെയും
പ്രാരാബ്ദ്ധങ്ങളുടെയുമിടയിൽ
എന്നെ ഓർക്കയുമരുതേ
നിൻ ജീവിത പ്രവാഹത്തിൽ
ഒരു തടശിലയാവരുതു ഞാൻ

പക്ഷേ, ഒന്നു ചെയ്യാൻ മറക്കരുത്
ഏകയായിരിക്കുമ്പോൾ
അല്ലെങ്കിൽ
ഹൃദയജീവികൾക്കതിപരിചിതമാം
വിഷാദവേളകൾ
അറിയാതെയറിയാതെ
അകാരണമായ് ചിലപ്പോൾ
നിന്നിലൊളിഞ്ഞു കടന്നുകേറുമ്പോൾ
പണ്ടു നാം നെഞ്ചേറ്റിപ്പോന്നൊരപ്പുസ്തകങ്ങൾ
മറക്കാതിരിക്കുക
മറിച്ചുനോക്കുക അവയുടെ ഏടുകൾ.
നാമൊന്നിച്ചിരുന്നു വായിച്ചു
രസിച്ചവ
അന്നു നിശ്ശബ്ദം സങ്കടക്കണ്ണീരിനും
സന്തോഷക്കണ്ണീരിനുമിടയാക്കിയ
പുറങ്ങളിലൂടെ
വാക്കുകളിലൂടെ വീണ്ടും
കണ്ണോടിക്കുക
പിന്നെ കണ്ണടയ്ക്കുക
പിന്നെയെൻ നേർക്കായ്
കൈനീട്ടുക, പിരിഞ്ഞുപോയൊരീ
കൂട്ടുകാരനായ് കൈകൾ നീട്ടുക.
കഴിയില്ലെനിക്കു നിൻ കരം ഗ്രഹിക്കുവാൻ
മരവിച്ചു കിടപ്പായിരിക്കാമപ്പൊഴെൻ കൈയുകൾ
മണ്ണട്ടിയിൽ
എങ്കിലുമൊരു മൃദുസ്പർശം
നിനക്കുണ്ടാകാമെന്ന നിനവാലെയെനിക്കിപ്പോൾ
ഉൾക്കളം ത്രസിക്കുന്നു
അന്ന്
നിൻമുന്നിലുദിക്കുമെൻ രൂപം
അത്രമേൽ സ്നേഹിച്ച നീയപ്പോൾ
പൊട്ടിക്കരയും
കലയിൽ പ്രചോദിതരായി നാ-
മൊന്നിച്ചിരുന്നു
കണ്ണുനീർ വാർത്തപോലെ.

മണൽഘടികാരം

മറയുന്നു മായുന്നു ഓരോരോ ദിനങ്ങളും
വൈചിത്ര്യമില്ലാതെ, അതിവേഗത്തിൽ
പിറകിൽ ഒന്നും ശേഷിപ്പിക്കാതെ

തീവ്രനൊമ്പരത്തോടെ ധൃതിപിടിച്ച് പായുകയാണ്
ജീവിതം: വെള്ളച്ചാട്ടത്തിന്റെ തൊട്ടുമേല്പരപ്പിൽ വന്നണഞ്ഞ
നദി പതുക്കനെ നിശ്ശബ്ദം കുതിച്ചൊഴുകുന്നപോലെ

പൊടിഞ്ഞുതരിയായിത്തരിയായി
ഉതിർന്നുവീണടിയുകയാണ് ജീവിതം:
ചിത്രിതമായ മൃത്യുവിന്റെ കരങ്ങളിൽ കാണുന്ന
മണൽഘടികാരത്തിൽനിന്ന് അവസാനമില്ലാത്തവിധം
ഉതിർന്നുകൊണ്ടിരിക്കുന്ന നിമിഷത്തരികൾ പോലെ.

അന്ധകാരത്തിൽ കിടക്കെ
ഞാൻ കേട്ടുകൊണ്ടേയിരിക്കുന്നു
ജീവിതത്തിന്റെ നിരന്തര സഞ്ചാരസീല്ക്കാരങ്ങൾ

പശ്ചാത്തപിക്കുന്നില്ല ഞാൻ
ചെയ്യാമായിരുന്നതോരോന്നുമോർത്തോർത്ത്
വിലപിക്കുന്നില്ല ഞാൻ
പക്ഷേ, ഞാൻ ഘോരഭയത്തിന്റെ
പിടിയിലാണെന്നു മാത്രമെനിക്കറിയാം

ശയ്യക്കടുത്ത് ഒരു ജഡരൂപം
നില്ക്കുന്നതായി എനിക്കു തോന്നുന്നു.
ആ നിശ്ചേതനരൂപത്തിന്റെ
വലംകൈയിലുണ്ട് ഒരു മണൽഘടികാരം
ആ ജഡരൂപൻ തന്റെ ഇടംകൈ വെച്ചിരിക്കുന്നതോ
എന്റെ ചങ്കിലും...

നെഞ്ചിൻകൂടിനകത്ത് ഹൃദയം പിടയ്ക്കുകയാണ്
- അവസാനമിടിപ്പുകളിലേക്ക് തുടിപ്പുകളിലേക്ക്
ഒറ്റക്കുതിച്ചുകേറ്റം പോലെ.

കിടക്കയിൽ ശവക്കുഴിയിൽ

ഈ രാത്രിയിൽ ആരാണെന്നെ വിളിക്കുന്നത്... ഇരുണ്ട കിളിവാതിലിനുമപ്പുറത്തുനിന്ന്.

എഴുന്നേറ്റുചെന്ന് ജനൽക്കണ്ണാടിയിൽ മുഖം അമർത്തിവെച്ച് കാതോർത്ത് നോക്കിനോക്കി ഞാൻ നില്പായി...ഇരുട്ടിലേക്കുറ്റു നോക്കി ഞാൻ കാത്തുനിന്നു.

അവ്യക്തമായ ഏകതാനമായ ചില മർമ്മരങ്ങളല്ലാതെ ഒന്നും തന്നെ ജനലിനപ്പുറത്തുനിന്നു കേൾക്കാനില്ല.

ചില മേഘമാലകളല്ലാതെ വേറൊന്നും കാണുന്നില്ല; അവ വരുന്നു, പോകുന്നു, മാറിമറിയുന്നു, വീണ്ടും പഴയപടിയായിത്തീരുന്നു. വാനിൽ കാണാനില്ലൊരു നക്ഷത്രവും, ഭൂമിയിൽ കാണാനില്ലൊരു തുള്ളിവെളിച്ചവും. എല്ലാടവും മൂകം എന്റെ ഹൃദയം പോലെതന്നെ.

എന്നാൽ പെട്ടെന്ന് അങ്ങകലെനിന്ന് കേൾക്കുകയായി ഒരു നിലവിളിയുടെ പ്രതിദ്ധ്വനികൾ. പതുക്കെപ്പതുക്കെ ആ മാറ്റൊലികൾ എന്റെയടുത്തേക്ക് വരികയാണ്, ശക്തിയോടെ വരികയാണ്, ഒടുവിൽ അതൊരു മനുഷ്യശബ്ദമെന്ന തോന്നലുളവാക്കി, എന്നെ കടന്നുപോയി. പതുക്കെപ്പതുക്കെ ആ ശബ്ദവും നിലച്ചു, എനിക്കിപ്പോൾ ഒന്നും കേൾക്കാനില്ല.

പക്ഷേ, ദുർബ്ബലപ്പെട്ട് ആ ശബ്ദം നിശ്ശേഷം ഇല്ലാതായിക്കൊണ്ടിരിക്കും മുൻപ് അതു ഇങ്ങനെ ഉരുവിടുന്നുണ്ടായിരുന്നുവോ? 'അന്ത്യപ്രണാമം, ഹേ അന്ത്യപ്രണാമം!'

ഹാ കടന്നുപോയത് എന്റെ ഭൂതകാലമായിരുന്നുവോ? എന്റെ ആഹ്ലാദങ്ങൾ, ഞാൻ സ്നേഹിച്ചവ, എനിക്കു വിലപ്പെട്ടവ അവസാനമായി എല്ലാം, എന്നോടു വിടപറയുകയായിരുന്നുവോ?

'യാത്ര പറയുന്ന ജീവിതമേ, നിനക്കെന്റെ വിനീതമായ കൂപ്പുകൈ, ഞാൻ വിടവാങ്ങട്ടെ, എന്ന് മന്ത്രിച്ച് ഞാൻ കിടക്കയിൽ കിടന്നു, ശവക്കുഴിയിലേക്കു കയറിക്കിടന്നതു പോലെ.

തീർത്തും ആശിച്ചുപോകയാണ്, ഹാ! ഞാൻ കയറിക്കിടക്കുന്നത് എന്റെ ശവക്കുഴിയിലായിരുന്നെങ്കിൽ!

കടലിലെ സാന്ത്വനം

ഒരു ചെറിയ ഇനം പെൺകുരങ്ങും ഞാനും

ഞങ്ങൾ രണ്ടു യാത്രക്കാർ മാത്രമേ ഈ ചരക്കുകപ്പലിൽ ഉള്ളൂ.

ഹാംബർഗിലെ ഒരു കച്ചവടക്കാരൻ തന്റെ പങ്കാളിക്ക് അയക്കുന്ന ഉപഹാരമാണ് ഈ പെൺകുരങ്ങ്. കപ്പലിന്റെ മുകൾത്തട്ടിലുള്ള ഒരു കസേരയോട് ചേർത്താണ് അവളെ കെട്ടിയിട്ടിരിക്കുന്നത്. അവൾ ചുറ്റിത്തിരിയുന്നു ഒരുപക്ഷിയെപ്പോലെ കരഞ്ഞുകൊണ്ട്.

ഞാൻ അവൾക്കരികിലൂടെ പലവട്ടം കടന്നുപോകും. അപ്പോഴൊക്കെ കരിവാളിച്ചും തണുത്തുമുള്ള കൈ എനിക്കു നേരെ നീട്ടിപ്പിടിക്കും. സങ്കടം തുളുമ്പുന്ന നോട്ടം. എന്റെ കണ്ണുപോലെതന്നെ ആ കണ്ണുകൾ. ഞാൻ ആ നീട്ടിപ്പിടിച്ച കൈയേറ്റുപിടിക്കും. പൊടുന്നനെ അവളുടെ അസ്വസ്ഥതയും പരിഭ്രമവും ഇല്ലാതാവുകയും ചെയ്യും..

ശാന്തതയും ചൈതന്യവുമില്ല, അന്തരീക്ഷമാകെ മ്ലാനം. കടൽ, നീലനിറത്തിലുള്ള ഒരു വിരിപ്പുപോലെ. ഇടുങ്ങിച്ചെറുതായ മട്ടിൽ കടൽ. അസഹ്യമായ മൂടൽമഞ്ഞിൽ കണ്ണ് മഞ്ഞളിച്ചുപോകുന്നു തളരുന്നു. കപ്പൽ പാമരം പോലും മൂടൽമഞ്ഞിൽ അദൃശ്യമായിരിക്കുന്നു. സൂര്യൻ പകൽ പോലും വെറുമൊരു വെട്ടം മാത്രമായിരിക്കുന്നു. സായാഹ്നമാവാറായപ്പോൾ ഹാ, അതാ വെയിൽ ജ്വലിക്കുന്നു - അത്യപൂർവ്വമായ അപരിചിതമായ വെയിലിന്റെ പാണ്ഡുവർണ്ണം എങ്ങും പരക്കുന്നു.

കപ്പലിന്റെ അണിയത്തേക്ക് നോക്കി. അവിടെ ജലം രണ്ടുപങ്കായി പിരിഞ്ഞിരിക്കുന്നു. പട്ടുഞൊറികൾപോലെ കൊച്ചു കൊച്ചുതിരമാലകൾ, തിരഞൊറികൾ തമ്മിലുള്ള അകല്ച്ച കൂടുന്തോറും അവയുടെ ഘനവും കുറഞ്ഞുകുറഞ്ഞു വരികയായി. ഒടുവിലൊടുവിൽ ചെറിയൊരു ഇറക്കത്തോടെ അവ മറഞ്ഞുപോവുകയാണ്. കപ്പലിന്റെ ചക്രങ്ങൾ ഭ്രമണം

ചെയ്യുന്നു ഏകസ്വരത്തിൽ; അവ ഇളക്കിപ്പൊക്കി വിടുന്നു, പാൽപ്പതകൾ. എന്തൊരു ഭംഗി - മലരികളായിത്തീരുന്നു, പാൽപ്പത. പിന്നെ അത് ചെറുസീൽക്കാരത്തോടെ സർപ്പാകൃതിയായിത്തീരുന്നു. എത്ര പെട്ടെന്നാണ് എല്ലാ ചുഴികളും മലരികളും തമ്മിൽത്തമ്മിൽ ലയിച്ച് ഏകസ്വരത്തിലാകുന്നത്! എത്ര പെട്ടെന്നാണ് മൂടൽമഞ്ഞിൽ അവ മറഞ്ഞുപോകുന്നത്!

കപ്പലിന്റെ അമരത്തേക്കു നോക്കി. അവിടെ ഒരു മണി മുഴങ്ങിക്കൊണ്ടേയിരിക്കുന്നു; ആ പെൺകുരങ്ങിന്റെ ദീനനാദം പോലെ, ആവലാതികൾപോലെ. നീന്തി നീന്തിവരുന്നുണ്ട് ഇടയ്ക്കിടയ്ക്ക് ഒരു കടൽപ്പന്നി. അതിന്റെ പൊടുന്നനെയുള്ള മലക്കംമറിച്ചിൽ കാണാൻ എന്തൊരു രസമാണ്! കടൽപ്പരപ്പിൽ ഒരനക്കമുണ്ടാക്കാതെയാണല്ലോ അതിന്റെ പൊന്തലും മറിയലും.

മിണ്ടാട്ടമില്ലാത്ത സ്വഭാവക്കാരനാണ് കപ്പിത്താൻ. വെയിൽ കൊണ്ടു കരിവാളിച്ചതാണ്, ദുഃഖിതമാണ് ആ മുഖം. അയാൾക്ക് ചെറിയൊരു പുകയിലപ്പൈപ്പുണ്ട്. അതങ്ങനെ വലിച്ചുകൊണ്ടിരിക്കും. കൂടെക്കൂടെ കറുത്ത കടൽപ്പരപ്പിലേക്ക് അങ്ങോർ കാർക്കിച്ചുതുപ്പുന്നതും കാണാം.

ഞാൻ അങ്ങോരോട് പലതും ചോദിക്കുന്നുണ്ട്. ഇടമുറിഞ്ഞു മുരളുകമാത്രമാണ് ഓരോ അന്വേഷണത്തിനുമുള്ള ഉത്തരം.

അങ്ങനെ കൂട്ടിനുവേണ്ടി ആ പെൺകുരങ്ങിന്റെയടുത്തേക്കു തന്നെ പോകേണ്ടിവരുന്നു.

ഞാൻ അടുത്തു ചെന്നിരുന്നതോടെ അവൾ മോങ്ങൽ നിർത്തി. സ്നേഹപൂർവ്വം കൈനീട്ടുന്നു.

ഇഴുകിപ്പിടിക്കുന്ന മൂടൽമഞ്ഞ്. ജീവജാലങ്ങൾക്കു മയക്കമുണ്ടാക്കുന്ന മൂടൽമഞ്ഞ്. ആ കടുത്ത ഈർപ്പം ഞങ്ങളെ ശ്വാസം മുട്ടിക്കുകയാണ്.

മയക്കവും ബോധവും ഇടകലർന്ന ആ അവസ്ഥയിൽ മൂടൽമഞ്ഞിന്റെ ഈർപ്പത്തിനുള്ളിൽ ഞങ്ങൾ ചേർന്നിരിക്കുകയാണ്. സഹോദരീ സഹോദരന്മാരെപ്പോലെ.

- അന്നത്തെ ആ യാത്ര ഓർക്കുമ്പോൾ, എനിക്ക് ഇപ്പോൾ ചിരി വരുന്നു... എന്നാൽ അന്നത്തെ ആ നിമിഷങ്ങളിലെ എന്റെ വികാരം അത്യപൂർവ്വമായ തീർത്തും വ്യത്യസ്തമായ ഒന്നായിരുന്നു.

- എല്ലാ ജീവജാലങ്ങളോടുമായി ഞാൻ പറയുന്നു: നാമെല്ലാം സഹജാതരാണ്. ഒരമ്മ പെറ്റമക്കൾ. എന്നെക്കരുതി സമാധാനപ്പെടുകയും ഒരു ആങ്ങളയുടെ നേർക്കെന്നപോലെ സമ്പൂർണ്ണ വിശ്വാസത്തിൽ മുഴുകി എന്നെ ചേർത്തുരുമ്മിയിരിക്കുകയും ചെയ്ത ആ പാവം ജീവി എന്നെ എന്തെന്നില്ലാതെ ആനന്ദിപ്പിച്ചുവല്ലോ.

www.ingramcontent.com/pod-product-compliance
Lightning Source LLC
LaVergne TN
LVHW041112150826
845673LV00007B/2018

* 9 7 8 9 3 8 7 8 4 2 2 7 4 *